கெத்து

சிறுகதைத் தொகுப்பு

கெத்து

சிறுகதைத் தொகுப்பு

எஸ். இலட்சுமணப் பெருமாள்

தொகுப்பு: ச. தமிழ்ச்செல்வன்

GHETHU (in Tamil)
Lakhshmanaperumal
Compiled by: Sa. TAMILSELVAN
First Published: August, 2018

Published by

BHARATHI PUTHAKALAYAM
7, Elango Salai, Teynampet, Chennai - 600 018
Email: thamizhbooks@gmail.com
www.thamizhbooks.com

கெத்து (சிறுகதைத் தொகுப்பு)
எஸ் இலட்சுமணப் பெருமாள்
தொகுப்பு: ச. தமிழ்ச்செல்வன்
முதல் பதிப்பு: ஆகஸ்ட், 2018

வெளியீடு:

7, இளங்கோ சாலை, தேனாம்பேட்டை, சென்னை – 600 018.
தொலைபேசி : 044 24332424, 24356935 விற்பனை: 24332924

விற்பனை நிலையங்கள்

திருவல்லிக்கேணி: 48, தேரடி தெரு | **பெரம்பூர்:** 52, கூக்ஸ் ரோடு
வடபழனி: பேருந்து நிலையம் எதிரில் அடையார் ஆனந்தபவன் மாடியில்
ஈரோடு: 39, ஸ்டேட் பாங்க் சாலை | **திண்டுக்கல்:** பேருந்து நிலையம்
நாகை: 1, ஆரியபத்திரபிள்ளை தெரு | **திருப்பூர்:** 447, அவினாசி சாலை
திருவாளூர்: 35, நேதாஜி சாலை | **சேலம்:** பாலம் 35, அத்வைத ஆஸ்ரமம் சாலை,
சேலம்: 15, வித்யாலயா சாலை | **கரூர்:** நாரத கானசபா அருகில் (Near TNGEA - Office)
அருப்புக்கோட்டை: 31, அகமுடையார் மகால் | **நெய்வேலி:** சி.ஐ.டி.யூ அலுவலகம்,
மதுரை: 37A, பெரியார் பேருந்து நிலையம் | **மதுரை:** சர்வோதயா மெயின்ரோடு,
குன்னூர்: N.K.N வணிகவளாகம் பெட்போர்ட் | **செங்கற்பட்டு:** 1 டி, ஜி.எஸ்.டி சாலை
விழுப்புரம்: 26/1, பவானி தெரு | **திருநெல்வேலி:** 25A, ராஜேந்திரநகர், பாளையங்கோட்டை
விருதுநகர்: 131, கச்சேரி சாலை | **கும்பகோணம்:** ரயில் நிலையம் அருகில்
வேலூர்: S.P. Plaza 264, பேஸ்மிமி , சத்துவாச்சாரி | பேருந்து நிலையம் அருகில்,
தஞ்சாவூர்: காந்திஜி வணிக வளாகம் காந்திஜி சாலை | **விருதாசலம்:** 511A, ஆலடி ரோடு
திருச்சி: வெண்மணி இல்லம், கரூர் புறவழிச்சாலை | **பழனி:** பேருந்து நிலையம்
தேனி: 12,பி, மீனாட்சி அம்மாள் சந்து, இமால் தெரு | **கோவை:** 77, மசக்காளிபாளையம் ரோடு,
பீளமேடு | **தி.மலை:** முத்தம்மாள் நகர், | **நாகர்கோவில்:** 699, கே.பி.ரோடு, ஆர்.விடபம், 94434 50111
சிதம்பரம்: 22A/18B தேரடி கடைத் தெரு, கீழவீதி அருகில்

நினைத்த நூல்கள்... நினைத்த நேரத்தில்...

அச்சு: கணபதி எண்டர்பிரைசஸ், சென்னை – 600 002.

எஸ். இலட்சுமணப் பெருமாள்

கி.ராஜநாராயணன் போட்ட கரிசல் இலக்கியத்தடத்தில் அழுத்தமான முத்திரை பதிக்கும் படைப்பாளி திரு. எஸ்.இலட்சுமணப்பெருமாள். விருதுநகர் மாவட்டம் சாத்தூரை அடுத்த படநத்தால் கிராமத்தில் வசித்து வருகிறார். நக்கலும் நையாண்டியுமான மொழியில் இன்றைய கரிசல் வாழ்க்கையின் துயரத்தையும் நெருக்கடிகளையும் தன் கதைகளில் சொல்பவர். வில்லிசைக்கலைஞராக ஒரு வில்லிசைக்குழுவையும் நடத்தி வருகிறார். நாட்டுப்புற இலக்கிய வகையை ஒட்டிய ஓர் எழுத்துநடை அவருடையது. பேச்சு வழக்கை அதன் முழு அழகுகளோடு பயன்படுத்துபவர். பூ. நினைவுகள் அழிவதில்லை, அம்மாவின் கைபேசி போன்ற திரைப்படங்களில் நடித்துள்ளார். இவருடைய கதைகளை வம்சி பதிப்பகம் வெளியிட்டுள்ளது.

தொகுப்புரை

கரிசல் வட்டார வாழ்க்கையை உச்சமான அங்கதச் சுவையுடன் தன் சிறுகதைகளில் படைத்து வருபவர் தோழர் லட்சுமணப் பெருமாள். சார்லி சாப்ளின் படங்களில் வருவதுபோல நகைச்சுவைக்கு மறுபக்கமாகவும் அதன் உள்ளார்ந்தும் இருப்பது இந்த சமூக வாழ்வின் துயரமும் நெருக்கடிகளும்தான். கரிசல் இலக்கிய முன்னோடி கி. ராஜநாராயணன் போட்ட பாதையில் அதிகம் பேச்சு மொழியைக் கைக் கொண்டு கதை சொல்பவர். வில்லிசைக் கலைஞராகவும் இன்னொரு பரிமாணம் கொண்டுள்ள இவரது நடையில் கதைகள் "ஜல் ஜல்" என்று பயணிக்கும் வேகம் கொண்டவை.

இவருடைய கதைகளின் முழுத் தொகுப்பை வம்சி பதிப்பகம் வெளியிட்டுள்ளது. அவர் எழுதத் துவங்கிய நாள் முதலாக இடைவிடாமல் தொடர்ந்து அவர் கதைகளை வாசித்து வரும் வாசகன் என்ற நிலையில் எனக்கு மிகவும் பிடித்த கதைகளை இங்கு தேர்வு செய்து தொகுத்துள்ளோம்.

'கெத்து' என்கிற கதை ஒரு மனிதனுக்கும் ஒரு நாய்க்கும் இடையிலான போராட்டம் பற்றியது. ஜாக்லண்டன் எழுதிய (லெனினுக்கு மிகவும் பிடித்த) உயிராசை கதையைப் போன்ற ஒரு கதை இந்த 'கெத்து'. கு.அழகிரிசாமியின் 'வெறும் நாய் "பத்தாம் நம்பர் வீட்டு நாய்" போல நாய்கள் தமிழ்ச் சிறுகதைப் பரப்பில் தவறாமல் வந்து கொண்டேதான் இருக்கின்றன.

கரிசல் கிராமப்புற வாழ்வின் பிரிக்க முடியாத பகுதியாக சிலசண்டியர்கள் உண்டு. 'தண்ணி' அடிப்பது, அப்புராணிகளை மிரட்டி காசு பறிப்பது, மரத்தடி, மடத்தடிகளில் வெயில் உறைக்க வாய் பிளந்து உறங்கிக் கிடப்பது போன்ற முக்கிய காரியங்களையே முழு நேரமாகச் செய்து கொண்டிருப்பவர்கள் அவர்கள். அவர்களின் அசலான பிரதியாக 'சாவண்ணா' என்கிற அரைச் சண்டியரைப் படைத்துள்ளார். இத்தகைய மனிதர்களின் உலகத்தை அவர்களின் உலகத்துக்குள்ளேயே பயணித்து அங்கு நின்றபடி கதையைச் சொல்லியிருக்கிறார்.

இப்படி ஒவ்வொரு கதையைப் பற்றியும் சொல்லலாம். எனினும் அவரது எழுத்தின் அடையாளமாக அவரது முத்திரைக் கதைகளாக இரண்டு கதைகளைச் சொல்ல வேண்டும். சாகசம், வயணம் ஆகிய இரு கதைகள்.

மழை பெய்தாலும், பொய்த்தாலும் விவசாயம் பண்ண முடியாத வினோதத்தில் நம்முடைய கிராமங்கள் சிக்கிக் கொண்டதை குறியீடாகச் சொல்லும் கதை தான் 'சாகசம்'. ஒரு இரும்பு வளையத்துக்குள் கணவனும் மனைவியும் நுழைந்து வெளியேறும் வித்தை செய்து பிழைக்கலாம் என முடிவு செய்து பள்ளிப் பிள்ளைகளிடம் காசு வசூலிக்கிறார்கள் அய்யங்கண்ணும் யசோதாவும். வளையத்துக்குள் நுழைந்தவர்கள் வெளியேற முடியாமல் மூச்சுத்திணறும் காட்சி, வாசிக்கிற ஒவ்வொரு மனதையும் உலுக்கிவிடுகிறது.

ஏழு பெண் பிள்ளை பெற்ற தாய் ஒருத்தி, கோவிலில் தற்செயலாகக் கையளிக்கப்பட்டு திரும்பி வாங்குவார் யாருமின்றி வந்து சேர்ந்த இன்னொரு பெண் குழந்தையுடன் வீடு வரும் கணவனை எதிர் கொள்ளும் 'வயணம்' கதை சமீபத்திய தமிழ்ச் சிறுகதைகளில் மகத்தான சிறுகதை எனலாம். பெண் சிசுக் கொலைகள் மலிந்துபோன இந்த நாட்களில் எளிய குடும்பத்துப் பெண்ணான தாய் எவ்வளவு பெரிய நம்பிக்கையுடன் வாழ்க்கை விடுக்கும் சவால்களை எதிர் கொள்கிறாள்? இதில் ஆண், ஒன்றுக்கும் லாயக்கற்றவனாக, பிடிமானம் இல்லாதவனாக வரும் யதார்த்தமும் நவீன காலத்தின் இன்னொரு முக்கியப் பரிமாணம் ஆகும்.

சொல்கதைப் பாணியில் இன்றைய கிராமத்து வாழ்வை இவ்வளவு வீரியத்துடன் சொல்ல முடியுமா என வியக்க வைக்கும் உயிர்த்துடிப்புமிக்க இக்கதைகள் பரவலாக எடுத்துச் செல்லப்பட வேண்டியவை.

இக்கதைகளை இப்படியாகத் தொகுத்திட அனுமதித்த தோழர் லட்சுமண பெருமாளுக்கும், வம்சி பதிப்பகத்துக்கும், வெளியிடுகிற பாரதி புத்தகாலயத்துக்கும் என் நெஞ்சார்ந்த நன்றி.

அன்புடன்
ச. தமிழ்ச்செல்வன்

பொருளடக்கம்

கெத்து	9
அரைச்சண்டியர்	18
சாகஸம்	28
கிருஷ்ணப்பருந்து	37
பிறிதின் நோய்	44
மாலை பூத்த வேளை	51
துடி	68
மருவாதி	78
வயனம்	85

கெத்து

*ரா*மையா தேவருக்குன்னா கோபம் இந்த மட்டுல அந்த மட்டுல இல்லெ. சும்மா திட்டமில்லாம பிடிச்சி வஞ்சி விட்டுட்டாரு பெறகென்ன? களவை கையும் மெய்யுமா பிடிக்கணும் சொல்லணும். மானாங்காணியா நாலுபேருக்கு முன்னாடி திட்டாந்தரமா சொன்னா மனுசன் எத்தன நாளைக்குத்தான் பொறுத்துக்கிட்டிருக்க முடியும்?

நம்பியாபுரத்து நாயக்கரும் விட்டபாடில்லை. "அப்பொ அடுப்படிக்குள்ள நுழையப்போகும்போது நாங் கண்ணாரப் பாத்து ஊர்க்கிணத்து வரைக்கும் விரட்டி விட்டுட்டு வந்தவன் பேப்பயலா? எதுத்த வீட்டுல இருக்கேன். ஒந் நாயும் ஊரார் நாயும் தெரியாமலா இருப்பேன்" என்று நட்டுக்குத்தலா நட்டுனார்.

நாயக்கருக்கு வயசு அறுபது இருக்கும். சம்சாரின்னுதான் பேரு. பிஞ்சைப் பக்கமோ தோட்டத்துப் பக்கமோ மருந்துக்குக்கூட எட்டிப் பாக்க மாட்டார். பையங்கதான் ரெண்டுபேரும் அவுக அம்மாகூட சேந்து வம்பாடு படுறாக. இவரு ஊருக்குள்ளெ எங்கெல்லாம் பேப்பர் வருதோ அங்கெல்லாம் தினசரியும் போயி பேப்பரோட பேரை திருத்தமா மொதல்லருந்து தினத்தந்தி தமிழ் நாளிதழ் நாளொன்றுக்கு எட்டு லட்சம் சுவடிகள் அச்சாகின்றன அப்டீன்னு வாசிக்க ஆரம்பிச்சு கடைசியா அச்சிடுபவர் வெளியிடுபவர் இந்த விபரங்களையெல்லாம் சும்மா ஸ்பீக்கர் கணக்கா பலம்ம்மா வாசிப்பார்.

அதுவரைக்கும் யாரும் பேப்பரை அவர் கையிலிருந்து வாங்கிற முடியாது. 'ஐயய்யோ விடியக்கருக்கல்ல இந்த எழவான்னு உக்காந்திருக்கிற ஆளுக எல்லாம் பிடுங்கி ஒட ஆரம்பிச்சிரும்.

எல்லாம் வாசிச்சி முடிச்சி எந்தெந்த வீடுகள்ள குமுதம், ஆனந்தவிகடன் வாங்குவாகன்னு இவருக்கு கரெக்டா தெரியும். துருவா அங்கெ போயி ஏதோ துட்டுக் கொடுத்து தவிச்சுப்போற மாதிரி அம்பலமான அம்பலம் பண்ணுவாரு. "கிழமைப் பிரகாரம் ஏன் வாங்க மாட்டேங்கிறீங்கன்னு" வீட்டுக்காரங்களை உஸ்ஸுன்னு இருக்க விடாம, வேற வேல சொலி பாக்கவிடாம வானால வாங்குவாரு. இந்த துன்பத்துக்குத்தான் இவரு தூரத்துல வர்றத

ஜன்னல் வழியாப் பாத்து கதவைச் சாத்தி மூச்சு விடாம உள்ள உக்காந்திருப்பாங்க. உள்ளே விட்டா உக்காந்துக்கிட்டு ரோதனை பண்ணுனா?

இப்படியாகப்பட்ட வேலக்கார மனுசனுக்கு வீட்ல தெனோமும் அரைப்படி அரிசி வாங்கி தனீயா பொங்கி வச்சிருவாக. உசிரே போனாலுஞ் சரி, கம்மஞ்சோறு கேப்பக்கழி கிட்ட வந்துரப்படாது. 'வேணா வெய்யில்ல அலஞ்சிட்டு வர்ற புள்ளெக உளத்துனத குடிச்சிட்டு மொடங்குதுக. இவருக்கு தெனோமும் வடிப்பு மார் போட்டு வடிச்சு வக்கெணும், வடிப்புமார் போட்டு! வேலக்காரப் புலிக்கி அப்பட்ண்ணு நிதாசரியும் வீட்டக்காரம்மா மூஞ்சியிலெயே போட்டாலும் இவரு துப்புரவா உதுத்துட்டாரு. இவரு சோத்துப் பானையில தான் ராமைய்யா தேவர் நாயி கை வச்சிரிச்சி.

"பக்கத்துல கம்மஞ்சோத்து பான இருக்குல்லப்பா! அதுல வாய் வக்கெப்படாது? கோளாறா எனக்கு வச்சியிருந்த நெல்லுச் சோத்ததானெ திங்கணும்? நாயும் ஒன்னக்கணக்கா ரோசனையில் ரொம்ப ரொம்ப கூடுனதப்பா," என்று ரொம்ப எளக்காரமா சொன்னார் நாயக்கர்.

"மாமா. ஒங்களவிட வயசுல நா ரெண்டு வருசத்துக்கு எளயவன். பெறகு நா இப்படி பேசிட்டேன்னு வருத்தப்படாதீக. இப்பொ ஏ வீட்ல போயி பாருங்க. நாய்த் தொட்டியில அரைத்தொட்டிக்கி கஞ்சி கெடக்கும். அடுத்த வீட்டு நாயும் பேயும் ஏ வீட்ல வந்து குடிச்சிட்டு போகுது. நீங்க பாட்ல சும்மா தாட்சண்யம் இல்லாம பேசுறீகளெ என்ன சேதி"?

ராமைய்யாத்தேவர் சொன்ன வாய்ச்சொல் வாயிலிருக்கும்போதே அவரோட நாய் எங்கெயெல்லாமோ சுத்தித் திரிஞ்சிட்டு அவருக்கு பக்கமா ஓடிவந்து நின்னது.

"இந்தா…. இந்தா… ஏய் இந்த நாய்தாம்பா…. இதே நாய் தாம்பா… இத்தன பேரு இருக்கீகள்ள இது யாரு நாயி? இல்லெ யாரு நாயிங்கறேன்?" என்று நாயக்கரு எந்திரிச்சி தண்டமானம் போட்டுக்கிட்டு அடையாளங் காட்டுனார்.

வண்டிப்பெதாவில சாயுமானங் கொடுத்து உட்கார்ந்திருந்த ராமைய்யாத்தேவர் பளிச்சின்னு எந்திரிச்சி அங்குட்டும் இங்குட்டுமாய் குனிஞ்சு ஓடோடி கல்லுகளெ பெறுக்கி நாய குறிபாத்து, "ஓடு…… ஓடு…… படவா வீட்டுக்கு வா இன்னக்கி ஒங்கால ஓடிச்சுப் போட்டுர்றேன். எங்கிட்டும் போயி சாகவேண்டியதானெ" என்று முடுக்கி விட்டு மேமூச்சு கீழூச்சுப் பறிய நின்னுக்கிட்டிருந்தார்.

"விடுண்ணே கழுதைய, வாயில்லா சீவன பிடிச்சிக்கிட்டு. மாமா வீட்டுக்குள்ள எந்த நாய் மொழுஞ்சதோ பாவம்... நீ வாட்டுல அது கால ஒடிச்சி விட்டுறாதெ. எண்ணெ நக்குன நாய விட்டுட்டு எதுக்கு வந்த நாயெ அடிச்ச மாதிரி" என்று கீறல் குருசாமி அமைதிப்படுத்துனான்.

கல்லெறிக்கித் துப்புன நாய் கொஞ்சதூரம் ஓட்டங்காட்டிட்டு பழையபடியும் இவரு பக்கமா ஓடிவந்து எச்சரிக்கையா கொஞ்ச தூரத்துல நின்னுக்கிட்டு 'என்ன ஆச்சி இந்த மனுசனுக்கு இன்னக்கி என்னமோ மூணுதேரமும் கஞ்சி உளத்தி அலுத்துப் போற மாதிரிதான்'ங்குற மாதிரி கழுத்த சாச்சிக்கிட்டு மொறச்சது.

"பாக்குறயா?... வா... வா... இன்னக்கி உனக்கு பெறந்தநாள் கொண்டாடிர்றேன்னு" பழையபடி கல்லெடுத்து விரட்டப் போனவரை ராமசாமித்தேவர் பாத்து அலட்சியமா இப்படிச் சொல்லி ஒக்கார வச்சிட்டார்.

'சும்மா கெடப்பா. அந்தமட்ல பெரிய்ய கோட்ட வீடு கட்டி பெழச்சவன் மாதிரி தான். கள்ளன் வந்து வீட்டுக்குள்ள மொழுஞ்சி மூலைக்கு மூலை குமிஞ்சி கெடக்குற பவுனையும் ரொக்கத்தையும் கொள்ளையடிச்சிட்டு போயிர்றானாக்கும். இருக்கற நாய்களுக்கே கஞ்சிய காணம். இதுல வளப்பு நாய்க வேறெ வளப்பு நாய்க் என்று இகழ்ச்சியா பேசி வாயில குதப்பியிருந்த வெத்தல எச்சியத் 'தூர்'ன்னு அவரு மூஞ்சியில துப்பாத கொறயா ஒரு ஓரமா துப்புனார்.

"அதச்சொல்லு... அதச்சொல்லு..."

"இது வாஸ்தவமான பேச்சு." என்று உக்காந்திருந்தவங்கள்லாம் சிரிச்சுக்கிட்டே ராமையாத் தேவரை பாத்தாங்க. அவரும் வேற வழியில்லாம லேசா ராஞ்சனயோட மூஞ்சிய சிரிக்க வச்சிக்கிட்டாலும் மனசுக்குள்ள, 'இவன் ஒரு எத்துவாளிப்பய. பெரிய யோக்கியங்கணக்கா பேசிக்கிடுறான். இவன் முடிச்சிமாறித்தனம் எனக்குல்ல தெரியும்'னு புகைஞ்சார்.

ரெண்டு பேரும் ஒண்ணாத்தான் மாடு மேக்கிறாங்க. ஒரு நா அப்படித்தான் மதியம்போல வீரசின்னு கம்மாயில மாடுகள நல்லா நீயவிட்டு கரையேத்திக் கிட்டிருக்கும்போது எலியம் பய வந்து அந்த தகவல சொன்னான்: "என்ன மாமா இன்னக்கி ஒங்க சோடி என்னமோ பேங்குக்கு போகணும்னு வேகமா போறாரு. ரூபா எடுக்கணும் அதான் மாட்டை இன்னக்கி ஒரு பொழுது அண்ணாச்சிகிட்டெ சேத்து பத்திவிட்டுட்டு போறேன்னு சொன்னார்"ன்னதும் ராமையாத் தேவருக்கு பகீர்ன்னது.

இப்படித்தான் போனமாசம் கரண்ட் சார்ஜ் கட்டப்போன எடத்துல ராமையாத் தேவருக்கு பில் போடுய்யான்னா

ராமசாமித்தேவர் பேருக்கு பில் போட்டுட்டு கடைசியில் ராமையாத் தேவர் வீட்டுல பீஸைப் பிடுங்கிட்டான். பெறகு போயி பெரிய ஆபிசர பாத்து விகரஞ்சொல்லி பீஸ் போடறதுக்கு அந்தா இந்தான்னு ஒரு வாரமாகிப் போச்சி.

இவன் எந்த துட்டு எடுக்கணும்னு பேங்குக்கு போறான்? மாடுகளெ அவசரமா வீட்டுக்கு பத்துனார். ராமசாமித்தேவர் மாடுகளெ, அவரு வீட்டுக்கு அடிச்சி முடுக்கிட்டு இவரு மாடுகள தொழுவில கட்டிப்போட்டார். அரக்க பரக்க டிரங்கு பெட்டிய தெறந்து துண்டை எடுத்து மேலுல போட்டுக்கிட்டு பாஸ்புத்தகத்தை தேடிப் பிடிச்சி எடுத்து வேகமா பஸ்டாப்புக்கு வந்தார்.

அன்னக்கீன்னு கூட்டம் திகுடு முகுடா நின்னுக்கிட்டிருந்தது. 'எங்க எழவு விழுந்திரிச்சோன்'னு மனசுக்குள்ள வஞ்சிக்கிட்டே இன்னும் தாம்சம் பண்ணக் கூடாதுன்னு தட தட்ன்னு கஜப்பிடுங்கா ஓட ஆரம்பிச்சிட்டார்,

"கிளாக்கய்யா கிளாக்கய்யா..."

"வாங்க பெருசு. பணம் போடணுமா எடுக்கணுமா?"

"அதில்லெ. ஒரு வெகரம் தெரிஞ்சிட்டுப் போகலாமுன்னு வந்தேன். நம்ம ஊர்லருந்து ராமசாமித்தேவர்ன்னு யாரும் ரூபா எடுக்க வந்தாங்களா?"

"இல்லியே என்ன சமாச்சாரம்?"

"இல்லெ... எம்பேரு ராமையாத்தேவர். அவர் பேர் ராமசாமித்தேவர். அதனாலெ சின்ன சொல் பெறட்டுல கணக்கு எதும் விடுதெல் ஆயிறக்கூடாது பாருங்க"

"சே... சே... அப்படியெல்லாம் ஒண்ணும் ஆகாது. அக்கவுண்ட் நம்பர் வேற வேறயா இருக்கும். கையெழுத்து பாட்போம். அதும்போக ஓங்கள எங்களுக்குத் தெரியாதா என்ன?"

"அதுசரி... அதுசரி... நா இன்னக்கி நேத்தா வாரேன். இந்த பேங்கு மூளப்பிடிச்சதிலிருந்து வந்துக்கிட்டிருக்கேன். ஓங்கள மாதிரி பத்து கிளாக்குக வரைக்கும் மாறிப் போயிட்டாக"ன்னு சொல்லிக்கிட்டே ரொம்ப தோஸ்தா சிரிச்சிக்கிட்டார்.

"அப்ப நான் வரட்டுமாய்யா. ஏஞ் சொல்றேன்னா அவரும் நானும் ஒரே சாதி. தாய் பிள்ளெகதான். ஒரு சுவரு. ரெண்டு பேரு வீடும் கிழக்க பாத்துதான். ரெண்டு வீடும் லைட்டு போட்டது. ரெண்டு வீட்டுக்கு முன்னாடி திருணையிருக்கு. அதுவும் ஒட்டுவீடு இதுவும் ஒட்டுவீடா, அங்க நுழையுதேமுன்னு இங்க நொலஞ் சிருவாங்க."

"அதெல்லாம் ஒண்ணும் ஆகாதுய்யா. தைரியமாபோயிட்டு வாங்க பயப்படாதீங்க" சொல்லிவிட்டு கேசியர் அடக்க முடியாமல் கீழே குனிஞ்சி சிரிச்சிக்கிட்டிருந்தார்.

"சரி. அப்ப நா வரட்டுமாய்யா. யாபகம். அவரு பேரு ராமசாமி. எம்பேரு ராம ஸ்ரீ – அய்யா ஒத்த எழுத்துத்தான். வகைப்பெறட்டு ஆயிறப்படாது. ஏஞ் சொல்றென்னா ரெண்டுபேரும் எருமை மாடுதான் மேய்க்கோம். அவரு துட்டு எனக்கு வேண்டாம். ஏஞ் துட்டு அவருக்கு வேண்டாம். டிபார்ட்மென்ட் சோலி. நாளப்பின்னே ஒங்களுக்கொரு சிக்கலாயிறப்படாதுல்ல. அதாஞ் சொல்லீட்டுப் போவலாமுன்னு வந்தேன். இங்கே ஒரு புள்ளிய பாக்க வேண்டியிருந்ததா அப்படியே இந்த தாக்கலயும் சொன்னேன்."

இவனுக்கு பேங்குல கணக்கே கிடையாது. போயி ரூபா எடுக்கப் போறென்னு போயிருக்கான். எலக்ட்ராபீஸ் மாதிரி இங்கெயும் ஆள் மாறாட்டம் பண்ணீறலாமுன்னு கோடிக்கணக்குல ரூபா பெழங்குற எடத்துல ரூபா வச்சிருக்கிற மூஞ்சி தெரியாதா? செருப்புட்டே அடிச்சி முடுக்கியிருப்பான். இங்க வந்து நா நாய் வளக்கிறத பேசிக்கிடுறான்.

"சரி. நம்பியாபுரத்து அண்ணாச்சி, நாய் இந்த நாய்தான்னு நீங்க ருசிபிக்க முடியுமா? எதுக்கு வளவளன்னு பேசிக்கிட்டு." மணி பத்து ஆகப் போய், காலை ஆகாரம் பார்க்க வேண்டிய அவசரத்தில் பரமுபிள்ளை கேட்டார்.

"ருசிபிக்கிறது என்ன ருசிபிக்கிறது... இன்னக்கி ராத்திரி பிடிச்சிர்றேன். பிடிச்சா என்ன பைசல்?"

"அப்படி அந்த நாயை நீர் பிடிச்சிட்டீர்ன்னா ராமையாண்ணன் உமக்கு நூறு ரூபாய் கொடுத்துற வேண்டியது. பிடிக்கலையோ நீர் நூறு ரூபா அபராதஞ் செலுத்திரணும். சரிதானய்யா."

"ஆமாமா. அப்படியே முடிங்க. நாளைக்கி விடிய தெரிஞ்சு போகுமில்ல." கூட்டம் ஒரு முடிவெடுத்து கலஞ்சது.

ராமையா தேவருக்கு இப்பொ பெரிய பிரச்சினையாகிப் போச்சு. அன்னக்கி நாய்க்குட்டிகளை கொண்டுபோய் கிணத்துல போடப்போன பயக்கிட்டெயிருந்து இவருதான் சம்பநிறக்குட்டி நல்லா வெடச்சி முழிக்கீன்னு சொல்லி வலுக்கட்டாயமா வாங்கியாந்து வீட்ல விட்டார். அன்னக்கி வீட்ல கொண்டாந்து விட்டதுதான். ஒரு நாளாவது அதோட இரைபாட்டுக்கு என்னென்னு இவரு யோசிச்சுக்கூட பாத்ததில்ல. அதுவும் இவரோட நெலவரத்த தெரிஞ்சுக்கிட்டு அடுத்த எடத்துலதான் கை வரிசைய காட்டுறது.

இப்பொ அதெல்லாம் பெரிசு இல்லை. 'நாயும் ஒன்னக் கணக்கவே யோசனையில் கூடுனதுப்பான்'னு நாயக்கர் இணைப்போட்டு பேசுனதுதான் இவருக்கு ரொம்ப ஆத்திரம். நாய

வளக்கிறவன் புத்திதான் நாய்க்கும் இருக்குமுன்னு சொல்லுவாக. அதத் தான் நம்பியாபுரத்து மாமா இடைக்குத்தா குத்திக் காட்டுறாரு.

கிராம முன்சீப் வீட்ல ஒரு நாய் இருக்கு. அவரு வீட்டுக்கு யாராவது பெரிய ஆபிஸர் வந்தா மூச்சுவிடாம இருக்கும். அதே நேரம் ஏப்பசாப்பெ யாரும் போனா ஒரே குலைப்பா குலைக்கும். நிதசரி போயிக்கிட்டும் வந்துக்கிட்டுமிருக்கிற தலையாரி வெட்டியானக்கூட ரொம்ப எளக்காரமா குலைக்கும். கிராம முன்சீப் யாரு யாரைப் பாத்து அதட்டிப் பேசுறாரோ அவங்கள்லாம் இந்த நாய்க்கு தொக்கு.

மேலத்தெருவுல ஒரு சண்டியர் நாய் வளக்கான். அவன யாராவது தொட்டுப் பேசுனாப் போதும். அந்தானக்கி கால மேலே ஏத்தாப்பு போட்டுக்கிட்டு பலியா கடிக்க ஆரம்பிச்சிரும். என்னதான் சேடு சேடுன்னாலும் அதுக்கு வேகம் கூடிக்கிட்டுதான் போகும். அவன் பாத்து விலக்கி முடுக்கி விட்டாத்தான் உண்டு.

சொசைட்டி கண்ணன் வீட்டுல இருக்குற நாயி அது பொறந்தாம் பொறப்புலருந்து இதுவரைக்கும் குலைச்சதே கிடையாது. அவன் யாருகிட்டயாவது பேசுனாத்தான்? வீட்டு வாசப்படியில படுத்துக் கிடக்கும். வேத்து ஆளுக நடமாடுற மாதிரி தெரிஞ்சா எந்திரிச்சி உள்ளே போயிரும். இப்படித்தான் சாமக்கோடங்கி ஒருநா கால்ல சலங்கைய கட்டிக்கிட்டு அந்தப் பக்கமா வந்திருக்கான் சாமம்போல சலங்கையோட அவன் நடமாடுறத பாத்த ஊர் நாய்கயெல்லாம் அங்கங்கே தாக்கல் சொல்லி வந்ததுபோல ஒண்ணா சேந்து அவன விரட்ட ஆரம்பிச்சிரிச்சி. அவன் உசுரைக் காப்பாத்த தல தெறிக்க ஓடி சொசைட்டி கண்ணன் வீட்டுக்கு முன்னால கூடி வந்திருக்கான். அங்க வாசல்ல படுத்துக்கிடந்த இந்த நாயி இப்பேர்ப்பட்ட சலங்கைச் சத்தத்தையும் இப்படி வேசங்கட்டுன ஆளையும் பின்னாடி இத்தன நாய்க முடுக்கிக்கிட்டு வர்றதையும் பாத்து திகை மிரண்டுபோயி கிழக்காம பாத்து நாலுகால் பாய்ச்சல்ல ஓட ஆரம்பிச்சிருச்சி. போன நாய் திரும்பி வரவேயில்லை.

ஒருவாரம் கழிச்சி ஒருத்தர் மாட்டுத்தாவணிக்கு, கிழக்க வேம்பாரு பக்கமா போயிட்டு வந்தார். அவரு சொன்னதுதான் இன்னும் வேடிக்கை. அந்த நாய் இன்னும் அந்தப் பக்கம் ஓடிக்கிட்டுத்தான் இருக்காம்.

ராத்திரி ரொம்ப நேரம் வரைக்கும் ராமையாத்தேவர் நாய ஊரு முழுக்க தேடிக்கிட்டிருந்தார். பிடிச்சி மச்சு வீட்டுக்குள்ள போட்டு பூட்டிருவோம். இன்னக்கி ராப்பொழுது போகட்டும்முன்னு

நெனச்சார். இவரு பந்தயம் கட்டுனது நாயிக்கி தெரியுமா? அது வயித்துக்கு அது தேடுனாத்தானே ஆச்சு.

இவரும் பேச்சுக்குத்தான் நாய்த்தொட்டியில அரைத் தொட்டிக்கி கஞ்சி கெடக்குன்னாரு. அவரு வீட்டுக்காரம்மா, குழம்புச் சட்டி ஒடஞ்சி போச்சி, ஒரு சட்டி எடுக்கணும்முன்னு பத்துநாளா தொந்தரவு பண்ணிக்கிட்டிருக்கு. குழம்பு தாளிக்கிற கரண்டியில குழம்ப வச்சி சமாளிச்சிக்கிட்டு வருது. இவரு நாய்த் தொட்டி கஞ்சிக்கி எங்க போவாரு? சும்மா கூட்டத்துல கெத்து விடாம அடிச்சி விட்டுட்டு வந்துட்டாரு. சரி பேங்க் பாஸ் புத்தகத்துல நூத்தம்பது ரூபா வரைக்கும் கெடக்கும் அதுக்கு அனத்தம் பிடிச்சிருச்சின்னு முடிவு பண்ணிட்டார்.

ராமையாத்தேவர் வீட்டுக்கு முன்னாடி தெருவு. எதுப்புல நம்பியாபுரத்து நாயக்கரு வீடு. மண்சுவரு காம்பவுண்ட் இடிஞ்சி கூட்ட மண்ணாக் கெடக்கும். அந்த வழியாத்தான் நாயி லேசா தாண்டி உள்ளே போயிரும். முன்னடியில அடுப்பாங்கரையயும் கொஞ்சம் தள்ளி புழக்கத்துக்கெல்லாம் வால் வீச்சுல ஒட்டடிவீடு.

அடுப்பாங்கரைக்கு முன்னாடி கீழ சாக்கை விரிச்சி அதுக்கு மேல ஒரு சேலைய பரத்தி படுத்துக்கிட்டு, வெத்தலய வாய் நெறய ஒதப்பிக்கிட்டு கொட்டாங் கொட்டான்னு முழிச்சிக்கிட்டு கெடந்தார் நாயக்கர்.

ஊரடங்கி சாமம் போல அடுப்படியில பாத்திரம் உருள்ற சத்தங்கேட்டது. 'ம்....... மாட்டிகிடிச்சி.' மொணங்கிக்கிட்டே பக்கத்துலயிருந்த கம்பை எடுத்துக்கிட்டு போயி அடுப்படிய எட்டிப் பார்த்தார். கட்டச்சுவரு வழியா வந்த தெருவிளக்கு வெளிச்சத்துல நல்லாத் தெரிஞ்சது. இவரு நெல்லுச்சோறு இருக்கிற ஈயப்பாத்திரத்து மூடிய வாயில கவ்வி சத்தமில்லாம எடுத்துக் கீழே வச்சிட்டு சாவகாசமா சோத்த திங்க ஆரம்பிச்சது.

'ராஸ்கோல், இந்த ராமையாத்தேவன் என்ன பேச்சு பேசுறான். இப்ப கூட்டியாந்து காட்டுனாவில்ல தெரியும்'ன்னு நெனச்சிக்கிட்டே உள்ளே நெலயத் தாண்டிப் போயி கதவ இழுத்துச் சாத்தப்போனார்,

அருவங்கண்டு ஆத்திரத்தோட திரும்பிப் பாத்த நாயி இவரு கையில கம்பு வச்சிருக்கிறத பாத்ததும், 'ம்ம்ம்...வ்வ்வ்...வ்'ன்னு பல்லையெல்லாங் காட்டி பயங்கரமா உறுமுனது. பல்லுக்கு மேல எலுறுகள்ளாம் தெரிய வாய ஈ..... ஈ....... ஈன்னு இளிச்சுக்கிட்டே இவரப் பாத்து ஒரு எட்டு எடுத்து வச்சது.

பாத்து பதறி ஈரக்குலை நடுங்கிப்போன நாயக்கர் மெல்ல கையில வச்சிருந்த கம்பை அரவமில்லாம சுவர்ல நாய்க்கித்

தெரியாம சாத்தி வச்சிட்டு அப்படியே திரும்பி சத்தங்காட்டாம கால பூப்போல பொத்திப் பொத்தி வச்சி வந்து படுக்கையில விழுந்து கம்பளிய எடுத்து இறுக்க மூடிக்கிட்டார்.

கொஞ்ச நேரங்கழிச்சி நாய் போயிருச்சான்னு மெல்ல மூஞ்சிய வெலக்கிப் பாத்தார். நாய், சட்டிக்குள்ள தலைய குடுத்து கடைசி அத்தத்தில இருந்தது. தலைய தூக்கி சந்தேகமா அவரை ஒரு தடவை திரும்பிப் பார்த்தது. அவரு மூஞ்சியைப் பார்த்ததும் 'உவ்'வுன்னு ஒரு உறுமல் கொடுத்தது. திரும்ப பளிச்சின்னு பொத்திக்கிட்டார். முடிஞ்சதும் பழையபடி பாத்திரத்து மூடிய வாயால கவ்வி எடுத்து மூடி வச்சிட்டு பின்னங்காலாலெ வாயோரமா வங்கு வங்குன்னு சொரிஞ்சிவிட்டு நாக்க சுழட்டி வாய மாறி மாறி சுத்தம் பண்ணி சுத்தி ஒருதரம் பாத்தது. மெல்ல நடந்து வந்து நாயக்கருக்கு பக்கமா வந்து கொஞ்சநேரம் நின்னு அவரையே பாத்தது. அவரு பொத்தி, பொணம் போல கெடந்தார். மெல்ல நடைய கட்டி கட்டச்சுவரை தாண்டுனதும் ஒரே ஓட்டமா ஓடிரிச்சி.

மறுநாள் காலையில எல்லோரும் உக்காந்திருந்தாங்க. ஆளுக்கு முன்னாடி அந்த நாயும் கவலையில்லாம பின்னத்திங் கால அடி வயித்தோட கூட்டிவச்சி முன்னத்திங் கால முன்னாடி நீட்டிவிட்டு அதுல தலைய சாச்சி கூட்டத்துக்கு நடுவில படுத்துக் கிடந்தது.

அந்தப்பக்கமா வந்த ராமையாத்தேவர் 'ஆகா பிடிபட்டுருச்சி போலுக்கோ' என்று பதறி திரும்பி வேகமா நடந்தார். எதுத்தாப்புல நாயக்கர் வரவும், தெக்குத் தெருவுல படக்குன்னு திரும்பி யாரையோ அவசரமா தேடிக்கிட்டு போறமாதிரி கைய மேல மேல தூக்கிக்கிட்டு 'ஏலே அய்யாத்துரை, ஏலே அய்யாத்துரைன்னுட்டே போயிக்கிட்டிருந்தார்.

இவம் போற போக்குக்கு மந்தைக்கி இப்பக்குள்ள வரமாட்டான் என்று திடப்படுத்திக்கிட்ட நாயக்கர் "மேலாவுள இருக்குற பயலுக நம்மள ஏச்சி ஓட்டு வாங்கி ஏமாத்தித் திங்கிறதுமில்லாம, நமக்குள்ளே ஒருத்தர் மூஞ்சியில ஒருத்தர் முழிக்க முடியாம கட்சி கட்டியில்ல விட்டுர்றா"ன்னு அன்னக்கி பேப்பர் செய்தியை விமர்சனமா பிரஸ்தாபிச்சுக்கிட்டே கூட்டத்துக்குள்ள உக்காரப் போனார்.

சத்தத்தைக் கேட்ட நாயி பளிச்சின்னு தலைய ஒசத்திப் பாத்து இவரைக் கண்டதும் எந்திரிச்சி நின்னது. நாயப் பாத்ததும் அதுக்கு மேல நாக்கு எந்திரிக்காம "ஒரு முக்கியமான சொலிய மறந்துட்டன்லே" என்று கிளம்பிட்டார். இந்தா இப்ப வந்திருவேன்னு

சமாளிச்சிக்கிட்டே திரும்பிப் பாராம தெருவில எறங்கி விரைசையா நடந்தார்.

நாயி தொயங்கட்டுதோ என்னமோன்னு திரும்பித் திரும்பி பாத்துக்கிட்டே ஓட்டமும் நடையுமா போனார்.

உடம்பை ஒரு நெளிப்பு நெளிச்சுவிட்டு அத்தன உறுப்புகளும் ஆடுற மாதிரி, படபடன்னு ஒரு உலுப்பு. அந்த உதறலோட கூட்டத்தை விட்டுக் கிளம்புன நாயி, அந்தப் பிறவிக்கே உண்டான அந்த ஓட்டத்தோடு நிதானமாய் யாருக்கும் பயமில்லாமல் தெருத்தெருவாய் லாந்திக் கொண்டிருந்தது.

அரைச்சண்டியர்

தியேட்டருக்கு முன்னாடி வேப்பமரத்துக்கு கீழே உட்கார்ந்திருந்தான் சாவண்ணா. கைலி கட்டி, முழங்கை வரைக்கும் வெள்ளைச் சட்டையை ஏத்தி மடிச்சி விட்டிருப்பான். கணுக்கால் முழங்கால் முழங்கையெல்லாம் மீன் செதிலை ஒட்டவச்ச மாதிரி புண் வந்து ஆறாமல் காய்ப்பேறிப் போயிருந்தது. குடிச்சிட்டு தினசரி எங்கயாவது வம்பிழுத்து அடிவாங்கி காயப்படலேன்னா அவனுக்கு அன்னைக்கு விடிஞ்ச மாதிரியே இருக்காது. சட்டை கைலியை கழட்டுனா பூராம் அந்த விழுப்புண்கள்தான்.

புண்ணுல ஒட்டுன ஈயை ஒண்ணுகூட தப்பீராம ரெண்டு கையலாயும் 'டப் டப்'புண்ணு அடிச்சு உள்ளங்கையைப் பாத்து 'சோலி முடிஞ்சிருச்சின்னு உறுதி பண்ணீட்டு கீழே உ துத்துக்கிட்டிருந்தான். ராத்திரி ஏத்துன ஏத்துல நிதானமில்லாம எங்கெங்கெ போயி அலஞ்சி இங்கவந்து விழுந்தானோ! தலையெல்லாம் மண்ணு. உடம்பெல்லாம் புழுதி, வெள்ளச்சட்டையா இது! லாண்டரி தெறக்கவும் சட்டைய மாத்தணும். என்ன துட்டா தரப் போறான்? துட்டுக் கேட்டுட்டு இங்க கடை வக்கெவா? நல்லா வெள்ள வெயில் அடிக்கிற வரைக்கும் கிடந்து இப்பத்தான் முழிப்பு தட்டுனது. எந்திரிச்சதும் 'டப் டப்'ன்னு வழக்கம் போல் காலை வணக்கம் ஆரம்பிச்சிட்டான்.

வகுறு பண்ற மொரண்டைப் பாத்தா ராத்திரியே ஒண்ணும் இரை எடுத்தமாதிரி தெரியல. எந்திரிச்சி நெளிச்சி விட்டான். சுத்துமுத்தும் பார்த்தான். 'ம்.... எப்படியும் ஒரு அணையெ போட்டு வக்கெணுமே' வயித்த தடவிக்கொடுத்த மட்டுல மெல்ல நடந்தான். பத்துமணி ஆட்டத்துக்கு ஒத்த ஆளு வரக்காணோம். வால்போஸ்டர பாத்தான். பழைய படம் போல்ருக்கு. 'படம் போட்டுருக்காம் பாரு லட்சணமா' முன்னு மொணங்கிட்டே பொம்பளயாளுக கவுண்டர் பக்கம் வந்தான். ஒண்ணு ரெண்டு பொம்பளெக டிக்கட் எடுத்து உள்ள போறத கூர்மையா பாத்துக்கிட்டிருந்தான்.

அப்படி 'கழுதைகள்' அவன் கண்ணுக்குத் தப்டவே முடியாது. தலை வாரியிருக்கிற சைசு, சேலை கட்டுமானம், கையில் வச்சிருக்கிற துண்டு, வாயில பான்பராக் ஒதுக்கி ஒரு சைஸான நடை அதுலெ

கண்டுபிடிச்சிருவான். ம்ஹூம்.....ஒண்ணுங் காணோம். 'அதுகளும் நம்மள கணக்கா சாமக்கோடாங்கி. நாம ரெண்டு தண்ணிக்கு திரிஞ்ச மாதிரி அதுகளும் ரெண்டு சம்பாரிக்க விடிய விடிய அலஞ்சிட்டு நம்மள கணக்காவே இன்னுந் தூங்கும். அவனா சமாதானம் பண்ணிக்கிட்டான். எப்படியும் பசியாத்தணுமே.

இப்படிக்கூடியிருக்கிற இட்லிக்கடையில பூராம் கூடுன மட்டும் கடன் சொல்லியாச்சி. அரட்டி உருட்டி சாப்டணும்னா சாப்புடலாம். இங்ஙனக்குள்ள அது வேண்டாம். ஏன்னா போலீஸ் கீலீஸ்னு ரைடு வரும்போது பொசுக்குன்னு இந்த கடைகள்லதான் நொழயணும்.

சே! இப்படி நேரத்துலதான் வீட்டோட அருமை தெரியுது. 'சும்மா வீட்டோட கிடய்யா. நா ஒழச்சி ஒனக்கு வேணும்கிறத செய்யுறேன்னு' தான் அவ சொல்றா. 'தினோமும் வம்பு வழக்கு வாய்தான்னு ரூபா ரூபான்னு அரியா அரிச்சா இங்க என்ன மரத்துல காய்க்கா' அப்பனும் ஆத்தாளும் தலையில அடிக்காத நாளில்லெ. காலையில எந்திரிச்சதும் புத்தி நல்லாயிருக்கு. வீட்டுக்கு போகணும், அவ கையால சாப்புடணும். பயலோட ரெண்டு வாக்கொடுக்கணும். அப்படியே புஞ்சைப்பக்கம் போய் பெருசுக ரெண்டு பேருக்கும் ஒத்தாசையா இருக்கணும்னு ஆசைதான். நேரமாக ஆக புத்தி தடுமாறிருதே. சரி இன்னிக்கி எப்படியும் கிளம்பிரணும். பய அன்னைக்கே கேட்டான். 'யய்யா வரும்போது ஒரு வாய்ப்பாடு வாங்கியாருவியான்னு.' ஒரு மாசமாச்சி எவ்வளவு துட்டு பொழங்கிச்சி?.

அந்தா சுப்பையன் வந்துட்டான். புல்லுக்கட்ட சைக்கிள்ல வச்சி இழுக்கமுடியாம கட்டி இழுத்துட்டு வர்றான். சாவண்ணா ஓடிப்போய் கேரியரைத் தாங்கி லப்பவிடாமல் பிடிச்சிக்கிட்டே போனான். கரைக்கு கீழே இறங்குனதும் வேலி மரங்களுக்கு நடுவிலே இருந்த குட்டிச்சுவருக்குள்ளே புல்லுக்கட்டை எறக்கமுடியாம எறக்கி கட்டை வேகமாகப் பிரிச்சான் சாவண்ணா. சுப்பையன் கேரியரிலே கயித்தை சுத்திக்கிட்டே சொன்னான். "லே சாவண்ணா! ஒன்னால எனக்கு ரொம்ப வியாபாரம் குறையுதப்பா." சாவண்ணா அதை காதுலெயே வாங்கிக்கிடலை. புல்லுக்கட்டுக்குள்ளயிருந்து பெரிய பன்னியை இழுப்பதைப் போல சாராயம் ரொப்பிய கார் டியூப்பை சிரமப்பட்டு இழுத்துப் பிரிச்சி அதை வரிசையாய் பிளாஸ்டிக் கேன்களில் மளமளன்னு அடைக்க ஆரம்பிச்சான்.

"பொத்தையம்பட்டி சரக்கா, ஆலம்பட்டி சரக்கா?'' சாராயநெடி மூக்கைப் பிளக்க, கேனில் பிடித்தவாறே முகத்தைத் திருப்பிக் கேட்டான்.

''அந்த மயிரெல்லாம் இருக்கட்டும். குடிக்க வர்றவன்ட்டயெல்லாம் 'ஒங் கணக்குல எனக்கொரு அரைகிளாஸ் வாங்கிக்கொடு' 'ஒங் கணக்குல எனக்கொரு அரைகிளாஸ் வாங்கிக்கொடு'ன்னு வர்ற வாடிக்கைக்காரன் கிட்டேயெல்லாம் கேட்கிறே. இப்ப அவன்லாம் இங்க வர யோசிக்கிறான். சுப்பையன்கிட்டே போனா சாவண்ணாவுக்கு அரைகிளாஸ் வாங்கித்தரணும், கிழக்க போயிருவோம்னு ஆளுக வரத்து கம்மியாயி வாடிக்கை குறைஞ்சு போச்சு. இன்னும் உனக்கு தாட்சண்யம் கிடையாது. நீயி கிராக்கியை பிடிச்சிக் கொண்டுவந்தது போதும். ஒஞ்சோலி எதுவோ அதப் பாத்துட்டுப் போ.''

''சுப்பையண்ணே, சுப்பையண்ணே. நா ஒங்க வியாபாரத்துக்கு எவ்வளவு ஒத்தாசை பண்றேன். 'ரெயில்வே கேட் சாராயம் புளிக்கும். ஒப்பாச்சி சரக்கு உள்ள எறங்கையிலேயே ஒங்கரிக்கும். பஸ்ஸ்டாண்டு சரக்கு முறுகி போதையே இருக்காது. சுப்பையன் சரக்குதான் சூப்பர்'னு சொல்லி ஆளுகள கொண்டு வந்து விடுறேன். அவங்களா பிரியப்பட்டு வாங்கித்தாரான். சரிண்ணே.... இனிமே அப்படி யாரும் பிராது சொன்னா செருப்புட்ட அடிண்ணே, பெத்துக்கிடுதேன்.''

இவன் கொஞ்சமும் வெளங்காத மூதேவி என்று முடிவு கட்டிய சுப்பையன் பேச்சை சுருக்கினான். ''இந்தா இந்தா ரெண்டு கிளாஸப் போடு. வியாபாரத்துக்கு இடைஞ்சல் இல்லாமப் பாத்துக்கோ. வர்ற கிராக்கிகளெ மளமளன்னு தள்ளிவிடு.''

குளிர்ந்து போயிருந்த சாராயம் வயிற்றுக்குள் பசியின் கடுமையையும் 'முதல் நாள் சொக்கு' கிறக்கத்தையும் மீட்டியது. ''ஆளுக வந்தா தள்ளிவிடுறேன். வர்றண்ணே'' கையியால் வாயைத் தொடைத்தவாறு கரையேறினான்.

'வெண்ணே! சாராயம் சும்மா கொடுக்கிறவன் மாதிரிதான். இவ்வளவு வேலை பாத்துருக்கு. நா ஆளுகளெ கோளாறா அணச்சி பேசி கொண்டு வரலன்னா மாடிவீடும் லயன்வீடும் கட்டுவான்? மனசுக்குள்ளே வஞ்சிகிட்டே நடந்தான். 'புருஷன் கலெக்டர் சம்பளம் வாங்குர மாதிரி இவம் பொண்டாட்டி மாடியில நின்னு குளிச்சிட்டு சிக்கெடுக்கிறா. ஊருக்குள்ள இவனுக்கு மூணு நாலு வங்கணம் வேற... ஏன்னா பெரீய்ய ஊஞ்சம்பட்டி மைனரு பாரு! தெரியாதாக்கும் இவம் பொழச்ச பொழப்பு. இருக்கிறவன் குடல் அழுகிச் சாக இவுக மஞ்சக் குளிக்க. இரு இரு உனக்கு ஒரு நா ரைடு இருக்கு. உனக்கு இப்ப விடிஞ்சா போச்சின்னு கறுவிக்கிட்டே வேம்படிக்கு வந்தான். திடீரென்று அடி வயிற்றில் தீயால் சுட்டமாதிரி 'சுரீர்' என்ற கதகதப்பு. உடம்பு சளசளவென்று

வேர்த்தது. புதிய அவதாரம் எடுத்து கை காலுக்கு புதிய தெம்பு கொடுத்து ராசபோங்க நிறைஞ்ச, பத்து ஆள் தெம்புல ரொம்ப தித்தாப்பாய் நடந்தான். இப்போதுக்கு இரண்டு உளுந்தவடை கொஞ்சம் கட்டிச் சட்டினி வச்சி உள்ள தள்ளுனா இன்னொரு பத்து அடிக்கு மேல பறந்த மாதிரி இருக்கும். பீடியை பத்தவச்சி புகையை பொட்டு வெளியே விடாமல் நெஞ்சுக்குள்ளே நிறுத்தி, கொஞ்சமா மூக்கு வழியே கசியவிட்டான். அந்தா... அந்தா போறாள்ல. இன்னக்கி வளச்சி இவகிட்டே மாமூல் வாங்கிர வேண்டியதான். "ஏ ஏ சடச்சி! இங்க வந்ததும் போ."

அவ நின்னு மொறச்சாள். மூஞ்சிய கடுகடுன்னு வச்சிக்கிட்டு ஏதோ வாய்க்குள்ளேயே இவன வஞ்சிட்டு மடமடன்னு போயிட்டா. இதான் இதான் இதான இவனுக்கு பிடிக்காதது. பெரிய ரோக்கியம் போல போறாள்ல. என்னமோ இந்த ஏரியாவில குடியிருக்காளேன்னு பேசாம இருக்கான். இல்லன்னா இவங்கிட்ட தப்ப முடியுமா...... அவளுக்கு என்ன நெனப்புன்னா எத்தன பொம்பளைகெ வாராக போறாக அவுகளையெல்லாம் நிக்கச் சொல்லி பேசுறானா. என்னய மட்டும் கூப்ட்டு பேசுற அளவுக்கு என்னத்த கண்டாள்?

'ம்ஹூம்..... ஒண்ணுந் தெரியாதுன்னு நெனச்சிட்டு திரியுறா. அது இல்லே. எல்லாந் தெரியுமின்னு அவளுக்குத் தெரியும். இங்ஙனக்குள்ளேயே சுத்திக்கிட்டு திரியுறானே இவன் என்ன பண்ணீருவான்னு ஒரு அசால்ட்டு. மாமூல் தராம எவ்வள நாள் தப்பிச்சிருவா? இருப்பிடத்துலேயே போயி வந்தவனோட சேத்து ரெண்டு பேரையும் கையும் களவுமா பிடிச்சிட்டா? அவன் துட்டுப்பெருத்த ஆளு. லச்சைக்கி லொங்குறவன். அவங்கிட்டயும் துட்டு பிடுங்கலாம். நாளப்பின்னே இவ சவகாசம் கொறஞ்சி இவளுக்கும் வரும்படி அடிபட்டுப் போகும். அப்ப வசத்துக்கு வருவா... ம்...அணத்தம் பிடிச்சிட்டான் மகளேய்......'

வீட்டுக்குத் தெரியாம ரூட்டு மாறுற இந்த மாதிரி கேஸ்கள் இவனுக்கு அருவமில்லாம மாமூல் வெட்டரணும். 'அப்படியில்லே நான் யோக்கியம்னு' சொல்லி தப்பிக்கிறவ என்னைக்காவது எசகு மசகுல சிக்கினான்னா போச்சு. பிடிச்சி, வர்றவன் போறவெனெல்லாம் நிறுத்தி க்யூவில விட்டிருவான். அதே பெழப்பா ராத்திரியெல்லாம் லாரிகளை மறிக்கிறதுகள், வீட்ல அடங்காம கிளம்பி வந்ததெல்லாம் போலீசுக்கு பயப்படாட்டாலும் இவனுக்குப் பயப்படணும். இவங்கிட்ட ஆசீர்வாதம் வாங்கியாச்சி, அப்பாடா நிம்மதி. இந்த தொழிலுக்குன்னு வந்துட்டு பெருமையா நா அப்படி குடும்பம் இப்படி குடும்பம்ன்னெல்லாம் சொன்னா

இவங்கிட்டெ செல்லுபடியாகாது. சம்பாரிக்க வெளியேறி வந்தபிறகு என்ன வேண்டிக்கிடக்கு தற்பெருமை. வேணும்னே ஜாதியை ஏத்திச் சொல்றவளை புறங்கையோட அடிச்சி விழுத்தாட்டிருவான். ஒவ்வொரு ஜாதிக்கும் ஒவ்வொரு வாசனை பிடிச்சி வச்சிருக்கிறவங்கிட்டே ஏமாத்த முடியுமா? ஒண்ணு 'கருமருந்து' வாடை அடிக்கும். ஒவ்வொண்ணு 'புளிச்சண்ணி' வாசனை. ஒவ்வொருத்திக்கி பிறவி வாசியோ என்னமோ சுண்ணாம்புச் சட்டியெ மோந்து பாத்தமாதிரி. ஒன்னொான்ன நெருக்கிப் பிடிக்கும் போதே பாம்பு அடை கிடந்த இடம் மாதிரி நாசியைப் பிடிக்கும் கருப்பட்டிப் பாலை முறுகக் காய்ச்சுன மாதிரி ஒரு சிலதுகள். ஒரு வடயா நீச்சுவாடை அடிச்சுக்கிட்டு இருக்கிறதும் இருக்கு.

இப்படி டவுன்ல வந்து விதும்விதமா சால்னாவும் சாம்பாரும் நக்கி சொவை கண்டுகிட்டா வீட்ல சாப்பாட்டு மேல என்னத்த நோங்கும்?

கைகள் பரபரன்னது, பக்கத்துல எட்டமுட்டும் தெரிஞ்ச வரிசைப் பனைமரங்கள், சின்ன கொளிஞ்சிச் செடி மாதிரி இவம் பார்வைக்குத் தெரிஞ்சது. இப்போ இருக்கிற போர்ஸுக்கு தியேட்டரையே நொறுநொறுன்னு மிதிச்சி குப்பைமேடு ஆக்கிரலாம் போல இருந்தது. எவனையாவது கூப்ட்டு 'எந்தூர்ரா'ன்னு கேட்டு அவன் என்ன பதில் சொன்னாலும் சும்மா பெரட்டிப் பெரட்டி அடிக்கணும். அதை இந்த டவுன் பூராம் பேசணும். சாவண்ணான்னா அருச்சுனம்பேர் பத்துன்னு ஆணும் பெண்ணும் ஓட்டம் கிண்ணணும்.

இப்படி நெனப்பில்தான் எங்கேயும் போய் சிலுசிலுத்து அடி உதை வாங்கி உடம்பெல்லாம் காயம் பெத்து இந்த வேம்படியில வந்து கிடப்பான்.

ஒருநா ஒரு பொழுதாவது சிப்பிப்பாறை கந்தசாமி நாயக்கர் மாதிரி பெரிய போக்கிரியா வரணும்னு இவனுக்கு ஆசை. மாமூல் கொடுக்காத பெரிய சம்சாரிகளை ஊருக்குள்ள நொழுஞ்சி மடத்திலெ கூப்ட்டு வச்சி கருக்கு மட்டையாலே அடிப்பாராமே அந்த மாதிரி உருவெடுக்கணும். வெள்ளக்காரன் போலீஸ் அவரைப் பிடிக்க படாத பாடுபட்டதாம். கையிக்கும் காலுக்கும் விலங்கு போட்டு கோர்ட்டுக்கு பஜார் வழியே நடத்திக் கூட்டி வரும்போது ஊர்ச்சனமே நின்று வேடிக்கை பார்த்ததாம். தன்னையும் அப்படி கற்பனை பண்ணி பார்த்தான். சண்டியர்ன்னா சண்டியர் அந்த மனுஷன் மாதிரி இருந்தாவுள்ளே. பொம்பள விசயத்துலயும் அவ்வளவு ரோக்கியமானவராம். நாம விருதா 'சோளப்பெறக்கி'ன்னு பேர் வாங்கிட்டமே.

இல்லேன்னா தோட்லாம்பட்டி வேல்த்தேவர் மாதிரியாவது பேரு வாங்கணும். எங்கே கொள்ளையடிச்சாலும் எவனும் போலீஸ்ஸ்டேசன் போறதில்லை. ஐயா சாமின்னு இவரு கால்லதாம் போயி விழுந்து நல்ல வார்த்தை சொல்லி ஒரு தொகை கொடுத்து மீட்டிக்கிட்டு போவாகளாம். அவரு படுக்கையே சுடுகாட்டுலதான். அங்கெ எந்த போலீஸ் போகும்! ஒரு ரூபா துட்டை பெருவிரல வச்சி ரெண்டா ஒடிக்கிற பலவான்கிட்டெ தைரியமா ஒண்டிக்கொண்டி போலீஸ் நிக்கெ முடியுமா? ஒண்ணாந்தேதி சம்பளம் வாங்க வேண்டாமா?... என்ன?

இப்படியெல்லாம் பேரு பெறணும்னு ஆசை. நாம என்னடான்னா ஆத்துக் காட்டுல காயப்போட்ட சேலய களவாங்கவும், குடி பைப்பு கிட்டயிருக்கிற பிளாஸ்டிக் பானையை தூக்கவுமா திரிஞ்சா, என்னக்கி அப்படி சண்டியர் ஆக முடியும்!

ஆகாரம் ஒண்ணும் பாக்காததனாலே போதை கலகலத்து இறங்கு முகமாயிருந்தது. இன்னொரு கிளாஸ் போட்டா தாவலை.

டீக்கடைக்காரர் ரெண்டு பேர்கிட்டே சாவண்ணாவைப் பார்த்து கைநீட்டி அடையாளங் காட்டிக்கிட்டிருந்தார். இருந்த கொஞ்ச நஞ்ச போதையும் இறங்கிரீச்சி. நல்லா வாப்பான வாலிப பசங்க. புதுசா டிரெய்னிங்குக்கு ரெண்டு எஸ்.ஐ. வந்ததா சொன்னாங்க. அவங்களா? போலீஸ் மாதிரிதான் தெரியுது. இல்லை நேத்து போதையில எங்காவது வம்புச் சண்டை போட்ட பஞ்சாயத்தா? ஏதோ ரெண்டுபேரும் கிட்ட வர்ற வரைக்கும் நிப்போம். நீதானே சாவண்ணான்னா மேற்காம ஓட்டம் பிச்சிர வேண்டியதுதான். ஓட்டத்தில நம்மள தொயர எவனாலும் முடியாது. முள்ளு முடையெல்லாம் விழுந்து எந்திரிச்சி சிட்டாப் பறியும்போது எந்தப்போலீஸ் பின்னால ஓடியார முடியும்?

"வணக்கம்" "வணக்கம்" வந்த வாலிபப் பசங்க கொடுத்த மரியாதை. "ஆ.......... ஆங்....... மணக்கம் மணக்கம்" இவ்வளவு மரியாதையை எதிர்பார்க்காத சாவண்ணாவுக்கு பெரிய திகைச்சல். அவனுக்கு யாரும் இப்படியொரு மரியாதையை பிறந்தாம் பிறப்பில் கொடுத்தது இல்லை. எப்பவாவது ஊருக்குப் போனால் மகன்தான் 'குட்டுமானிங்' சொல்லுவான். அவன் மறந்தாலும் இவன் கேட்டு வாங்கிக் கொள்வான். 'ஐயாவுக்கு ஒரு குட்டுமானிக்கம் போடுயா' 'குட்டுமானிங்' 'ஏய் குட்டுமாணிக்கம்னு முழுசாச்சொல்லு' அப்பாடன்னு திருத்துவான். அப்படியொரு சந்தோசமான மணக்கம் இன்னிக்கி.

"நீங்கதானே மிஸ்டர்.............. சாவண்ணா?

"ஆமா'' தயக்கத்தோடு சொன்னவன் கைலியை எறக்கிவிட்டான். "இல்லே ஒங்க கிட்ட கேட்டா பட்டை சாராயம் விக்கிற இடம் தெரியுமின்னாக" ரொம்ப மெதுவா காதோரமா கேட்ட பையன்களை சந்தேகத்தோடு பார்த்தான். ஒருவேளை போலீஸுதான் சாராய இருப்பிடத்தைக் கண்டுபிடிக்க மப்டியில வந்திருக்காகளோன்னு அபிப்ராயப்பட்டான். அப்படியொரு வேளை போலீஸக் கொண்டு போய் தெரியாத்தனமா விட்டு சுப்பையா பிடிபட்டானோ நம்ம ஒத்த காலையும் கையையும் மாறுகால் மாறுகை வாங்கி விட்டுருவான். டீக்கடைக்காரரைப் பார்த்தான். அவர் நம்ம பயகதான்கிற மாதிரி அங்கிருந்து வெள்ளை வீசினார்.

பிடிபட்டது பாஞ்சாலங்குறிச்சிங்கிறது மாதிரி, "வாங்க வாங்க, நான் கூப்புட்டுப் போறேன்"னு தடபுடலா கரையைப் பார்த்து நடக்க ஆரம்பிச்சான்.

"ப்ளீஸ்.... நீங்க கொஞ்சம் முன்னாடி போங்க. நாங்க பின்னாடியே வாரோம். நாங்க காலேஜ் ஸ்டுடன்ஸ். அதனால் ஒங்க கூடயே வர்றது நல்லால்லே."

அடாடாடா, காலேசு பையன்களா? அப்படிச் சொல்லு அதான் நம்ம கூட நடந்து வர ராஞ்சனை படுறாங்க. "அப்ப சரி அந்தா அந்த கரைமேலே ஏறி கீழே எறங்குற வேலிக்கும்பலுக்குள்ளே குட்டிச் சுவரிருக்கும்........"

மெதுவா பேசும்படி சைகை காட்டி சாவண்ணாவை முன்னாடி போகச் சொன்னாங்க.

திரும்ப வந்த சாவண்ணா ஒரு பீடியை பத்தவச்சி வேப்பமரத்துக்கு கீழ நின்னுக்கிட்டிருந்தான். பின்னாலே நடந்து வந்த பையன்கள் ரெண்டுபேரும் புன்னகையா சிரிச்சி "ரொம்ப தேங்க்ஸ் வர்றோம்"னு நடந்துகிட்டேயிருந்தாங்க. "இந்தா தம்பி இங்க வாங்க." சாவண்ணா கொஞ்சம் ஏறுன சவுண்டல கூப்புட்டான். அவன் கண்ணுக ரெண்டும் கங்காய் சிவந்து போயிருந்தது. "சரக்கு எப்படி, ஒங்க விஸ்கி பிராந்தியெல்லாம் கிட்ட நிக்கெ முடியாது இத தொட்டவன் அத நோங்கவே மாட்டான்."

"எஸ். சீப் அண்ட் பெஸ்ட். வர்றோம் ரொம்ப தாங்க்ஸ்." கிளம்பினார்கள். "ஏய் இருப்பா" ஒருத்தன் சட்டையைப் பிடிச்சி இழுத்து நிறுத்தினான் சாவண்ணா. "ஒன் தாங்சு எனக்கு சோறு போடுமா? ஒரு ஐநூறு ரூபா இருந்தா கொடுத்துட்டுப் போ. வீட்ல பயலுக்கு வாய்ப்பாடு வாங்கிட்டு போகணும்.

"என்னது ஐநூறு ரூபாயா? என்னங்க சாதாரணமா கேக்கிறீங்க. ஐநூறுரூபா ஏன் கொடுக்கணும்."

"வேங்…. சாவண்ணா கூட சாராயங்குடிக்க வர்றான்னா சும்மாவா. மரியாதைய்யா கேட்டத் கொடுக்கணும் இல்லண்ணா வா நேர ஓங்க பள்ளிக்கூடத்துக்கே போயி வாத்தியார்ட்ட சொல்லிப் பாப்பம்."

விவகாரம் ரொம்ப நடந்தது. ஒரு வாய்ப்பாடுன்னா வாங்கிக் கொடுத்துர்றோம்னாங்க. வேடிக்கை பார்க்க கூட்டம் கூடுனது. பையங்க ரெண்டுபேரும் விளக்கெண்ணையில விழுந்த எலி மாதிரி முழிச்சிக்கிட்டிருந்தாங்க. அப்ப தியேட்டர்ல முறுக்கு போடுற சண்முகநாடார் சரக்கோட சைக்கிள்ல வந்து எறங்கினார். மாணவர்கள் ரெண்டுபேரும் சாவண்ணாவிடம் மாட்டிக் கொண்டதைப் பார்த்து ஐயையோ படிக்கிற பயக மாதிரி தெரியுது. இவங்கிட்ட எப்படி மாட்டுனாங்கன்னு நெனச்சி "சாவண்ணா என்னப்பா வெவரம்" என்று கேட்டார். அதற்குள் இவர்கள் ரெண்டு பேரும் விவரத்தை சொல்ல ஆரம்பித்தார்கள்.

"கொஞ்சங்கூட நாகரீகமில்லாம பிஹேவ் பண்றாருங்க. நாங்க ஆளுக்கு ஒண்ணரை கிளாஸ் குடிச்சோம். இவரு கூப்பிட்டுப் போனதுக்காக ரெண்டு கிளாஸ் வாங்கிக் கொடுத்தோம். இப்ப இங்க வந்தவுடன் ஐநூறுரூபா கேக்குறாரு. நாங்களும் இருபதுரூபா வரைக்கும் கொடுத்துப் பாத்தோம் மறுக்கிறாரு. மூணாவது ஆளுக்குத் தெரியாம வந்து போகணும்ன்னு நெனச்சோம்." பையங்களைப் பாக்க ரொம்ப பாவமா இருந்தது.

"ஏய் சாவண்ணா, அதுக பாவம் காலேஜ் பிள்ளைக அருவமில்லாம குடிக்க வந்தா நீ என்னப்பா இந்த பாடு படுத்துறே…… அதக் கொண்டாங்க. பையங்ககிட்டயிருந்து ரூபாய வாங்குனார். இந்தா இதப் பிடி. இருபது ரூபாயோடு முடி. பாவமில்லையா." சாவண்ணா சண்முகநாடாரை சினந்து பார்த்தான். "யோவ் நாடாரே, நீர் பேசாம போகமாட்டேரு. ஒழுங்கு மருவாதியா எடத்தை காலி பண்ணும். எனக்கே பஞ்சாயத்து பண்ண வந்துட்டேரா. உமக்கு நேரங்காணாதுன்னு பாக்கேன்." நாக்கை கீழ் உதட்டில் பல்லால் கடித்து மூக்கை வெடைக்க முறைச்சான்.

"நல்லதுக்கு காலமில்லப்பா. சரி எனக்கெதுக்கு சனியன். இந்தாங்க தம்பி. ரூபாய பிடிங்க" பசங்ககிட்ட ரூபாய நீட்டினார். "இங்க கொண்டாங்க" ரூபாய வாங்கிய ஒரு பையன் "இப்ப நீ என்ன செய்யணுங்கிறே" சாவண்ணாவை நெருங்கி தலையை ஆட்டுனான்.

"ஐநூறுக்கு ஒத்தச்சல்லி கொறஞ்சாலும் இந்த எடத்தவிட்டு ஒரு அடி எடுத்து வக்கெமுடியாது." ரொம்ப செண்டிப்பா நின்னு ஒத்த காலை ஆட்டுன மட்டுல தீர்மானமா சொன்னான்.

"தரமுடியாது போடா. நீ வாடா மச்சி போகலாம்." ரெண்டு பேரும் புறப்பட்டார்கள். "ஏய்! என் சுயரூபத்தை காட்டணுமா?" கைலியை மடிச்சு கட்டினான் சாவண்ணா. ஒருவன் திரும்பி வேகமாய் வந்து "என்னடா செய்வே" முழங்கைக்கு மேலே சட்டையை ஏத்திவிட்டு விரலை மடக்கி சாவண்ணாவின் வாயைச் சேர்த்து ஒரு குத்துவிட்டான். இதைக் கொஞ்சமும் எதிர்பார்க்காத சாவண்ணா வலி தாங்க முடியாமல் பல்லில் ரத்தங் கசியுதோ என்ற சந்தேகம் வந்தாலும் வெளிக்காட்டிக் கொள்ளாமல், "அழிஞ்சதுடா இன்னக்கி வெள்ளக்கரை ரோடு. டேய்.....! சுத்துமுத்தும் எதோ தன் ஆட்களை திரட்ட முயற்சி பண்ணுனமாதிரி வரிசைவிட்டான்.

"ம்.......உஹூம்......அவங்களுக்கும் ஏறிக்கிடிச்சி. இனுமே இவம் பாச்சா அவங்ககிட்டை பலிக்காது. போதை தலைக்கேறிட்டா படிச்சவன் என்ன படிக்காதவன் என்ன, மான மரியாதைய எவன் பாப்பான்?" பக்கத்திலிருந்த ஆள்கள்ட்டெ சொல்லிக்கிட்டிருந்தார் சண்முகநாடார்.

ரொம்பதூரரம் நடந்து போய்விட்ட பசங்களை அடித்து நொறுக்குகிற மாதிரி ஓடிய சாவண்ணா அவர்கள் முன்னாடி போய் நின்று மறித்தான்.

"முதலாளி, ஒரு நூறு ரூபா மட்டும் கொடுத்துட்டுப் போங்க" கெஞ்சுனான்.

"லே..........போடாங்கறேன்." சாவண்ணாவின் இடுப்போடு ஏறி மிதித்தான் ரெண்டு பேரில் ஒருத்தன். அடுத்தவனும் அடிக்க கையை ஓங்குனான். அடி விழாமலிருக்க கையால் தாங்கியவாறு "சரி சரி.......மொதலாளி என்னமோ வாய விட்டுட்டேன். நல்லா இருப்பீக. ஒரு அம்பது ரூபாயாச்சும் தாங்க. ஓங்க புண்ணியத்துல ரெண்டு பலகாரம் சாப்டுகிடுறேன்." மாறி மாறி கெஞ்சுனான் சாவண்ணா. "இவன் சொன்னா கேட்க மாட்டான்." திடுதிடுவென்று ரெண்டுபேரின் அடி சரமாரியாய் விழ, கீழே கிடந்த சாவண்ணா கித்தாப்பு விடாமல் எழுந்து சுத்துமுத்தும் பார்த்தான். கிறக்கத்துமில கண்ணு ரெண்டும் தண்ணிக்குள்ளெ முழிச்சிவிட்ட மாதிரி கலங்கலா தெரிஞ்சி தெளிஞ்சது. ரொம்ப தூரம் நடந்து போய் விட்டவர்களைப் பரிதாபமாய்ப் பார்த்தான். "முதலாளி! அந்த இருபது ரூபாயாவது கொடுத்துட்டுப் போகக்கூடாதா?" பரிதாபமா கையை நீட்டினான்.

அவர்கள் திரும்பியே பார்க்கவில்லை. காலு கை புழுதியை தட்டி விட்டவாறே திரும்ப நடந்து வந்த சாவண்ணாவிற்கு எதிரே சண்முகநாடார் சைக்கிளில் வந்து கொண்டிருந்தார். "யோவ் நாடாரே, பெரிய விவகாரதாரி மாதிரி பஞ்சாயத்து பண்ணுனீரே ஒழுங்கா அந்த இருபது ரூபாய வாங்கி கொடுமய்யா." நாடாரைப் பார்த்ததும் காலைக் கிந்திகிந்தி அவரை நோக்கி எட்டு வேகமாய் எடுத்து வைத்தான்.

"யப்பா! நான்தான் அப்பதையே ஒதுங்கிக்கிட்டேனே."

"யோவ், நா என்ன பேப்பயலா. அந்த இருபது ரூபாய நீர் வாங்கிக் கொடுக்காம ஒம்ம விடவே மாட்டேன்யா. வலிய வந்து பஞ்சாயத்து மயிரு பண்ணுனீரில்லே." அவரை விரட்ட ஆரம்பித்தான்.

பளிச்சின்னு வடக்காம வண்டியை திருப்புன நாடார், தெருவு நடுவுல சின்னப்பிள்ளைகள் ஓடியாடி விளையாடிக்கிட்டிருக்கிறதை பாத்து சைக்கிளைவிட்டு கீழே இறங்கி, உருட்டிக்கிட்டே ஓட சாவண்ணா விரட்ட, சைக்கிளைத் தள்ளிக்கொண்டு தெருவுக்குள் நுழைந்து திரும்பித் திரும்பிப் பார்த்துக்கிட்டே உசிரை வெறுத்து ஓடிக்கிட்டிருந்தார் நாடார்.

காலை வெய்யில் சுரீர் என்று தைத்தது. பசியில் கண்ணு பஞ்சு பூத்து தெரிஞ்சது. எழுந்து உட்கார்ந்தான். உடம்பெல்லாம் இழுத்துப் பிடித்துக் கொண்டு வலித்தது. காலு கையெல்லாம் புதுசா புதுசா சிராய்ப்புகள். இருக்கிற தினுசைப் பார்த்தால் ரெளண்டு விட்டு அடி வாங்கின மாதிரி தெரிஞ்சது. ஊர்ப்பட்ட ஈயெல்லாம் இவம் மேலதான் மொய்ச்சி இருந்தது.

சே! கேவலம். பேசாம இன்னக்கி ஊருக்கு கிளம்பிற வேண்டியது தான். பய ஒத்த வாய்ப்பாடு கேக்குறான் ஒரு மாசமா.

பத்துமணி ஷோவுக்கு டிக்கட் கொடுக்க ஆரம்பிச்சாங்க. எந்திரிச்சி கைலி சட்டையிலிருந்த புழுதியைத் தட்டிவிட்டான். வேம்படி நிழலை விட்டு ஊருக்குப்போற முடிவுல ரெண்டு எட்டு எடுத்து வச்சான்.

அந்தா.........அந்தா............சுப்பையன் வந்துட்டான்.

சாகஸம்

அந்த ஊரெல்லாம் சுற்றியலைந்த அய்யங்கண்ணு ஒரு தீர்மானத்தோடு நடுமதியம்போல் சாவடிக்கு வந்து நின்றவனுக்கு அங்கிருந்தவர்கள் அசோதைக்கு சொன்னதையே தான் இவனுக்கும் சொன்னார்கள். "ஊர் பெரிய சம்சாரிக வந்து உக்கார்ற எடம். இங்ஙன யெல்லாம் தங்கல் போடக்கூடாது. அந்தா அந்த மரத்து நெழலுக்குப் போயிரு."

தூங்கிக்கொண்டிருந்த கைப்பிள்ளையையும் தலைக்கு வைத்துப் படுத்திருந்த துணிப்பொட்டலத்தையும் வாரிச்சுருட்டிக்கொண்டு ரோட்டோரமாயிருந்த புளியமரத்துக்குக் கீழே வந்து உட்கார்ந்து 'இந்த மனுசன் வந்து காணம்னு தேடப்படாதே' என்று நினைத்தவளாய் தெற்குப்பக்கமாக பார்த்தமட்டுல இருந்த அசோதையைத் தேடி வந்து சேர்ந்தான்.

போனமே வந்தமே அதைப்பத்தி எதையாவது பேசுவோம் என்றில்லாமல் உட்கார்ந்திருந்த மனுசனைப் பார்த்தாள். கொறாவிப் போயிருந்தான். கையில் புது சம்பாத்யமாக ஒரு இரும்பு வளையத்தை வைத்துக்கொண்டு கடுமையான சிந்தனையாயிருந்தான். அழுக்கேறிய உடம்பில் வியர்வை விளக்கெண்ணையாய் வழவழத்திருந்தது. அவள் பரிமாறி வயிறு நிறைய எப்ப சாப்பிட்டானென்று அவளுக்கு நினைவில்லை. தன்னைப் போலவே அவனுக்கும் பசியில் கண்கள் உள்வாங்கியிருந்தது. ஆம்பளை எவ்வளவுதான் பசி தாங்கமுடியும்? உள்ளுக்குள் பொருமிப் பாவப்பட்டுக் கொண்டாலும், வெளியில் எப்பொழுதும் போல் வெளிக்காட்டிக் கொள்ளவில்லை. நல்ல அலைச்சல். ஊரிலும் இப்படி வேணா வெயிலில் வியாபாரமென்று போய் சாயங்காலம்வரையில் சுற்றியலைந்துவிட்டு வருகிற மனுசனிடத்தில் இங்கிதமாய்ப் பேசி வெந்நீர் வெளாவி வைத்து வட்டிலில் சோற்றைப்போட்டு பக்கத்தில் உட்கார்ந்து மறு சோறு கேட்டுப் பசியாத்துனதெல்லாம் போயி வருசக்கணக்கிலிருக்கும்.

தினமும் கருக்கலில் கொண்டுபோன வியாபாரத்தை பொழுதடையும் வரையில் கால்நடையாகவே சுத்துமுத்து கிராமங்களில் தெருத்தெருவாக 'அடுப்பு 'மண் அடுப்பு சூரங்குடி செம்மண் அடுப்பு' என்று கூவி பேருக்காச்சுலும் யாராவது

தலைச் சுமையை இறக்கி ஒத்த அடுப்பாவது விலை பேசுனோம் என்றில்லாமல் காலுகளில் புழுதி படிந்து போய் பசிக்கிறக்கத்தில் அப்படியே வியாபாரம் கட்டலுங்காமல் திரும்பி வர்றதும் சல்லி வரும்படியில்லாமல் ஒரு முழுத்த ஆம்பளை வீசுன கையி வெறுங்கையா நிதசரியும் வெட்டி யலைச்ச அலைஞ்சால் அந்தக் குடும்பத்தில் எப்படி விளக்கெரியும்? வீடே மூதேவி அடைஞ்சி போய் வாசல் பக்கம் நாய் நடமாட்டம் கூட இல்லை.

புருசனும் பெண்ஜாதியும் எதிரெதிரே நின்று இப்போதைக்குள் சிலாகித்துப் பேசிக்கொள்ளவில்லை. தம்படி வருமானமில்லாமல் ஒருவாய் கஞ்சிக்கும்கூட கேடுவந்த பிறகு பேசுவதற்கு என்ன இருக்கிறது? முன் எப்போதையும் விட எல்லாவற்றிலும் ரொம்பவும் விருத்தியடைந்து நல்ல செழுமையாக காணப்படும் ஊர் இந்த ரெண்டு ஜீவன்களை மாத்திரம் முற்றிலும் மறந்துவிட்டமாதிரி துண்டு தரித்து விட்ட ஊமையாக்கியிருந்தது.

மழை பெஞ்சா என்ன பெய்யாட்டா என்ன. விளைஞ்சா தாவலையா விளையாட்டி தாவலையா. ஒன் வியாபாரத்துக்கு என்னைக்கும் பஞ்சம் கிடையாது என்று ஊர்க்காரர்கள் சொன்னது, நேத்து சொன்னது போலிருக்கிறது. ஒரு தேரம் காய்ச்சி கஞ்சியா குடிச்சாலும் ஒரு அடுப்பு வேணுமே. அப்படியாப்பட்ட தொழிலுக்கு இப்பொ இப்படி ஒரு ஊனம்.

எங்கெயோ வெறித்துப் பார்த்தமட்டில் எந்த ஒரு பேச்சையும் ரெண்டுபேரும் அசரீரி மாதிரிதான் சொல்லிக்கொள்வார்கள். அய்யங்கண்ணுவின் பேச்சுக்கு பதில் பேசிக்கொண்டு இருக்காமல் செயலில் இறங்கிவிடுவது அவள் வாடிக்கையாயிருந்தது.

மரத்தின் நிழல் கிழக்கே படர்ந்து கொண்டிருந்தது. அய்யங்கண்ணு கொஞ்சநேரத்துக்கு முன்னே சொன்ன ரோசனை அவளுக்கு இன்னும் விளங்கவில்லை. அதுவெல்லாம் காரிய சாத்தியமா என்று அதிர்ச்சியில் உறைந்து போயிருந்தாள் அசோதை. ஒருவாய் சோத்துக்கா இப்படியெல்லாம் எண்ணம் தலையெடுக்குமா என்று ரொம்பநேரமாய் யோசித்து அவன் தீர்மானத்துக்கு ஒத்துழைத்துதானே ஆக வேண்டும் என்று மௌனமாய் தவிப்பில் இருந்தாள். எப்பொழுதும்போல் அவள் பதிலுக்குக் காத்திராமல் கையில் வைத்திருந்த வளையத்தைக் கண்ணால் அளந்து கொண்டிருந்தான்.

அவன் ஒண்ணாங்கிளாஸ் படிக்கும்போது அப்படி ஒரு குடும்பம் பள்ளிக்கூடத்தில் வைத்து வித்தை காட்டும் போது இவன் சகபிள்ளைகளோடு முக்கால்துட்டு கொடுத்து

வேடிக்கை பார்த்திருக்கிறான். அப்படிக் கிடைத்த வசூல்காசில் அரிசி வாங்கி ஊர் பொதுமடத்தில் வைத்து சமையல் செய்து தங்கள் நண்டுநசுக்கான பிள்ளைகளோடு அவர்கள் சாப்பிட்டது அவனுக்கு சரியான நேரத்திற்கு ஞாபகத்தில் வந்தது.

சொல்லிவைத்தமாதிரி வருகிறவரத்தில் டவுனில் நடுபஜாரில் ஒரு ஓரமாய் ரெண்டு கவைகம்புகளை ஊன்றி நடுவிலே கயிற்றைக் கட்டி ஒரு புருஷனும் பெண்ஜாதியும் அந்தக் கயிற்றிலே நாலுவயசு அஞ்சுவயசு மகனையும் மகளையும் நடக்கச்சொல்லி வேடிக்கை காட்டிக் கொண்டிருந்தார்கள். காரும் லாரியும் சொடக்குப் போடுற நேரத்திற்கு இடைவெளி இல்லாமல் போய்க் கொண்டிருக்கிறது. சைக்கிளும் பைக்கும் ஆயிரக்கணக்கில் போய்க்கொண்டிருக்கிறது. நகரின் மூன்றுரோடு பிரியும் இடத்தில் அந்த அம்மாள் தன் கைக்குழந்தையை முதுகுப்பக்கமாய் தொட்டில் கட்டி தூங்கவைத்துவிட்டு வாயில் வெத்தலை எச்சியை ரொப்பிக் கொண்டு 'டுவ்வாங் டுவ்வாங் டுவ்வாங்'கென்று உறுமியை விடாது முழக்கிக் கொண்டிருந்தாள்.

காலில் கட்டிய சலங்கையை ஒலி எழுப்பியவாறு சன்னமாக ஆடிக்கொண்டே பிள்ளைகளை கண்ணால் எச்சரித்தவாறு கூட்டம் நிற்கிறதா என்று பார்த்துக்கொண்டு அஷ்டாவித வித்தைகளை செய்து கொண்டிருந்தான் அந்த ஆம்பளை. யாரும் கண்டு கொள்ளாதபோது கவனஈர்ப்புக்காக தோளில் தொங்கும் சவுக்கை எடுத்து தன் வெற்றுடம்பில் 'சுளீர் சுளீர்' என்று அறைந்து கொண்டு போக்குவரத்துகளுக்கு அனாவசியமாய் வணக்கஞ் சொல்லிக் கொண்டிருந்தான். கூட்டம் நின்று பார்க்கவில்லையே என்று அவனுக்கு கொஞ்சமும் கவலையில்லை. சோத்துத் தட்டுகளை ஆளுக்கொன்றாய் எடுத்துக்கொண்டு ஒரு இடைவேளை விட்டு கடைகளிலும் போவோர் வருவோரிடமும் பிச்சை வாங்கியவாறு பழையபடியும் அவன் வித்தைகளைத் தொடர்ந்தான்.

ஒன்றும் புலப்படாமல் அசோதையையும் குழந்தையையும் ஒரு லெக்கில்லாமல் இழுத்துக்கொண்டு திரிவதற்கு இப்படி ஏதாகிலும் நம்மளால் ஏண்ட திறமையைக் காட்டி வயித்துப்பாட்டை தீர்த்துக்கொள்ள வேண்டியதுதான் என்று முடிவுசெய்தான். நிச்சயமாய் இதைவிட்டால் வேறு மார்க்கமொன்றும் இருப்பதாக அவனுக்குத் தெரியவில்லை. இதை நடைமுறைப்படுத்த வேண்டுமானால் பள்ளிக்கூடமும் பேரோபகாரம் பார்க்கக்கூடிய வாத்திமாருந்தான் லாய்க்கு. கூட்டங்கூடவும் கூடிப்பேசவும் நேரமில்லாமல் அரக்கபரக்கத் திரியும் ஜனங்களை நம்பிப்

பயனில்லை என்ற முடிவுக்கு வந்தான். இதை கறாராக உறுதி செய்தான். லொங்கிக்கொண்டு இருந்தால் ஒன்றும் நடக்கப்போவது இல்லை. வெளியே தெரியாமல் பூதம்போல் வயிற்றுக்குள் வீறிட்டுக் கொண்டிருக்கும் பசி அரக்கனுக்கு இன்றைக்குள் ஏதாவது செலுத்தியாக வேண்டும்.

மழை பெய்யாமல் நிலமெல்லாம் தரிசாகப்போயி மனுசர்கள் பிழைக்க வழியில்லாமல் தேசாந்திரிகளாக பஞ்சம் பிழைக்கப்போன காலமெல்லாம் முன்னாடி இருந்தது. இப்பொழுது மழை முறையாய் பெய்தாலும் சம்சாரித்தனம் பண்ணுவதற்கு ஊரில் யாரும் தயாரில்லை. தரிசுநிலத்தில் வேலிமரங்களும் கருவேலந்தோப்புகளும் முள்கற்றாழைகளும் அப்பிப்போய் கிடக்கின்றன. சரளிக்குமிகளும் மோட்டார் பம்ப்செட் ரூம்களும், பரண்களும் நிறைந்திருந்த பூமியில் பயர் ஆபீஸ் ரூம்களும் தீப்பெட்டித் தொழிற்சாலைகளும் நிறைந்து கிடக்கிறது. வண்டிப்பாதைகள் போன தடங்களில் லாரிகளும் பிளாசர் கார்களும் போகும்படியான மெயின்ரோட்டிலிருந்து கரிசல்காட்டிற்குள் பிரிந்து போகும் செம்மண் ரஸ்தாக்கள்.

அச்சாபீஸ், தீப்பெட்டி ஆபீஸ், பட்டாசுக் கம்பெனி என்று ஆணும் பெண்ணும் மாதச்சம்பளக்காரர்கள் ஆகிவிட்டார்கள். விவசாயக் கூலிகளின் தெருக்களாக மூளியாய் அழுக்கடைந்து போயிருந்த பகுதிகள் பூராவும் இப்பொழுது டிஸ் ஆண்டெனா கம்பீர்த்துடன் நிற்கிறது. முன்னரெல்லாம் இளவட்டங்களுக்கு கூடை மண்வெட்டி வேலை தவிர வேறுவேலை இருக்காது. இப்பொழுது எத்தனையோ பாக்டரிகள் நன்றாய் சம்பாதிக்கிறார்கள். கைகால்கள் வலுவாயிருந்தால் போதும். படிப்பறிவுகூட தேவையில்லை. அப்பைக்கப்போ சினிமாவில் காட்டுகிற நாகரீகமெல்லாம் வீட்டில் கொண்டுவருகிற சம்பாத்யம்.

செம்மண்ணில் நீர்விட்டுக் குழைத்து நேர்த்தியாய் செய்த அடுப்புகளை வெய்யிலில் காயவைத்து அதை ஒன்றுக்குமேல் ஒன்றாக அடுக்கித் தட்டை கூளங்களைப் போட்டு அடர்த்தியாய் மூடி நெருப்பு மூட்டி சுட வைத்தபின் சாம்பலைக் கிளறினால் தவழும் பிள்ளை மாதிரி செவேலென்ற அடுப்பு. விரலால் சுண்டிவிட்டால் 'கணகண'வென்று வெண்கல உடுக்குமாதிரி ஓசை கிளம்பும். ஒரு சம்சாரி குடும்பத்திற்கு ஒரு அடுப்பு தலைமுறைக்கு கிடக்கும். இவற்றை ஒரு முப்பது எண்ணம் வரையிலும் கொச்சைக்கயிற்றால் கட்டி தலையில் சுமந்துபோய் பக்கத்து ஊருகளில் பரம்பரை பரம்பரையாய் விற்று வியாபாரம் பண்ணிவந்த குடும்பம். கம்மம்புல், சோளம், கேழ்வரகு, ஆமணக்குமுத்து,

குதிரைவாலி என தனித்தனியாய் ஐந்து கோணிப்பைகள் ரொம்ப விற்று முதலாகி அதிலே கிடைத்த மிகுதியில்தான் உடன் பிறந்த பெண் பிள்ளைகளை கரையேற்றிய மாதிரியான குடும்ப நல்லது கெட்டதுகள் நடந்து வந்திருக்கிறது. இப்பொழுது நடக்கிற காலக் கிரகசாரத்தில் ஸ்டவ் அடுப்புகளும் கேஸ் அடுப்புகளும் பெருகிப் போனதாலே அடுப்பு வியாபாரமே படுத்துப்போய் எங்காவது எழவு விழுந்தால் மாத்திரம் 'மந்தைக்கொள்ளிக்கு' சோறு பொங்க ஏகதேசம் ஒரு அடுப்பு கேட்டு வருகிறார்கள்.

சம்சாரித்தனம் ஓய்ந்து தொழிற்சாலைகள் கூடியதற்குப் பின்னால் காட்டிற்குப் போய் விறகு பொறுக்கிவந்து கஞ்சி காய்ச்சுகிற குடும்பங்கள் துப்புரவாக இல்லை என்றாகிவிட்டது. அதற்கு அவர்களுக்கு நேரமும் வாய்க்கவில்லை. இப்பொழுதெல்லாம் கிராமங்களில் உலக்கைகொண்டு நவதான்யங்களை உரலில் இடிக்கிற சத்தமே கேட்க முடியறதில்லை. ஏன்; உலக்கையே யார் வீட்லயும் கிடையாது. திருகை, ஆட்டுரல், வீடு தவறாம புளிச்சதண்ணி வச்சிக்கிடறது , வருசக்கணக்கா அடுக்குப் பானையில் ஊறுகாபோட்டு வச்சிக்கிடறது எல்லாமே இப்பொதான் பார்த்தமாதிரி இருந்தது. எல்லாம் மாயமா மறைந்துபோய் ரைஸ்மில்கள், வீட்டிலேயே கிரைண்டர், மிக்ஸி என்று வந்து மனிதர்களுக்குள் ஆசாபாசமில்லாமல் செய்து விட்டது. கைத்தொழிலாளிகளின் தொழில்களை ஊனமாக்கிவிட்டு அன்றாட வாழ்க்கை முறைகள் மிஷின் மாதிரி சுத்தி வருகிறது.

வீட்டின் ஈசான மூலையின் போன கார்த்திகைக்காக ரெண்டு மாசம் வேலை மெனக்கிட்டு செய்த கிளியஞ்சட்டிகள் வெயிலிலும் மழையிலும் நனைந்து மண்ணோடு மண்ணாக மக்கிப்போய் கிடக்கிறது. கிளியஞ்சட்டிகளில் எண்ணெய் ஊற்றி சிறுசிறு திரிகளைப் போட்டு வாசல்படிகளில் மாடக்குழிகளில் வீட்டுக்குப் பின்னாலே தொழுவத்தில் ஏற்றி வைத்தால் எவ்வளவு லட்சுமி கடாட்சமாக இருக்கும்? அப்படெல்லாம் பெரியபெரிய கோவில்களில் ஆயிரம்விளக்கு பூஜை லட்சார்ச்சனைகளில் கிளியஞ்சட்டிகள் வரிசைவரிசையாய் பிரகாசித்து ஜொலிக்கும். இப்பொ கண் கூசுகிறமாதிரி எலக்ட்ரிக் சீரியல் பல்புகள்தான் சகல வைபவங்களுக்கும் ஆக்ரமித்து நிற்கிறது.

முந்தியெல்லாம் கார்த்திகைத் திருவிழா வகையில் அய்யங்கண்ணு குடும்பத்திற்கு ஒரு தனி வரும்படியாயிருக்கும். இப்பொழுது நாலணாவுக்கு ரெண்டு மெழுகுவர்த்தி வாங்கிக் கொளுத்துகிறார்கள். அசோதையும் எண்ணெய் வாங்க வக்கில்லாமல் ரெண்டு மெழுகுதிரிதான் வாசல்படியில் பொருத்தினாள்.

அய்யங்கண்ணுவுக்கு கல்யாணம் ரொம்ப தாமசமாய் நடந்தது. ஊரு உலகத்தில் கம்பெனி வேலைக்குப்போய் கைநிறைய சம்பளம் வாங்கும்போது இன்னும் இந்த மண்ணைக் கட்டிக்கொண்டு அழுகிற அக்காமகனுக்குத் பெண் தர மாட்டேனுட்டார் தாய்மாமனார். அசோதையோட பிடிவாதத்தால்தான் அய்யங்கண்ணுவுக்கு ஒரு சம்சார வாழ்க்கை கிடைத்தது. ரொம்ப காலமா குழந்தை பாக்கியமுமில்லாமல் பதினைந்து வருசத்துக்கப்புறம் இந்தக் குழந்தை கோழிச் சப்பைகள் மாதிரி காலும், பெரண்டை முளைத்து வருகிற மாதிரி கையும், சிதம்பரப் பண்டாரம் ஏந்தி வர்ற திருவோட்டை கவித்து வைத்தமாதிரி மண்டையும், பிடிகொழுக்கட்டை உடம்பையும் சேர்த்து ஒட்ட வைத்தமாதிரி அம்சம்.

காலம்போன காலத்தில் இந்த வயசுக்குமேல் இப்படி பாக்டரிகளிலெல்லாம் அய்யங்கண்ணுவுக்கும் அசோதைக்கும் வேலை கிடைக்காது. இந்த வேலைக்கெல்லாம் பிஞ்சுக்கைகளோட லாவகம்தான் தேவையிருக்கிறது. நாற்பது வயசிலெல்லாம் சர்வீஸ் முடிந்து உடம்பும் மனசும் கிழடு தட்டிப்போகும். ஆயுளும் அவ்வளவுக்குள்ளே நெருங்கிவிடும். இந்த கந்தகத்தில் இப்படி ஒரு சூட்சுமம் மிகுந்த நன்மையிருக்கிறது. ரொம்பநாள் இருந்து கிழட்டுப்பட்டம் கட்டி வாழத் தேவையிருக்காது. பாவம் அய்யங்கண்ணுவுக்கும் அசோதைக்கும் அந்த வாய்ப்பும் கைநழுவிப் போய்விட்டது.

ஒண்ணுல இருந்து எட்டாம் வகுப்பு வரைக்கும் இருக்கிற நடுநிலைப்பள்ளி. "நாலணா கொடுத்த பிள்ளைக எல்லோரும் முன்னாடி வட்டமா உட்காருங்க. பத்துடைசா கொடுத்தவங்கள்லாம் பின்னாடி நின்னுக்கிட்டுப் பாரு" எட்மாஸ்டர் உத்தரவு போட்டதும் பிள்ளைகள் 'ஹேோ' வென்று ஆர்வமாய் சர்க்கஸ் பார்க்க குதியாளமாய் உட்கார்ந்தார்கள். எட்மாஸ்டரும் மூணு நாலு டீச்சர்களும் வராண்டாவில் சேர் போட்டு உட்கார்ந்திருந்தார்கள். அய்யங்கண்ணு வேட்டியை நல்லா தார்ப்பாச்சிக் கட்டியிருந்தான். மேல்துண்டை இடுப்பில் கட்டிக்கொண்டு கையில் வளையத்தோடு இருந்தான்.

அசோதை கூட்டத்துக்கு நடுவில் வந்து நின்றாள். வெட்கமும் அவமானமும் அவள் முகத்தில் அணி சேர்ந்திருந்தது. எல்லோரும் தன்னைக் காட்சிப்பொருளாய் வேடிக்கை பார்க்கிறார்கள் என்று நினைக்கும்போது ரோசத்தால் சுண்டி சுருங்கிப் போனாள். டீச்சரம்மாக்கள் பக்கம் அவள் திரும்பவேயில்லை. அவர்களும்

பொம்பளை நாமளும் பொம்பள ஜாதியா என்று மனம்புழுங்கி பிழைப்பை எண்ணி நொந்து கொண்டாள்.

"ஐயா எட்டுமாஸ்டர் சாமியாவுகளெ, டீச்சர் அம்மாக்கமார்களெ, படிச்சி பட்டம் ஆளப் போற சின்னத் தொரமார்களெ, மகராசிங்களெ, இந்த எளியோன் செய்ற சில வித்தைகளைப் பாத்து எதோ எங்க ஒருவேளை வயித்துப்பாட்டுக்கு நீங்க கொடுத்த ஆதரவுக்கு தல வணங்குறேன்.

எசமான்களே! இந்த வளையம் இந்த நிக்கிற பொம்பள மட்டும் நொழய முடியும்." வளையத்தை அசோதையின் தலையில் நுழைத்து காலுக்குக் கீழே விழவைத்தான். "இப்பொ பாருங்க இதுலெ ரெண்டு பேர் நொழஞ்சி அதே மாதிரி தலை வழியே விட்டு கால் வழியே வளையத்தை எடுக்கப் போறேன்" அசோதை தலையில் நுழைத்து அவள் முதுகோடு முதுகாய் ஒட்டித் தன் தலையிலும் நுழைத்துக்கொண்டு வளையத்தைக் கொஞ்சம் கொஞ் சமாய் கீழ்நோக்கி இறக்கினான். ரெண்டு பேரும் உடம்பை ஒடுக்கிக்கொண்டு வளையத்தைக் கீழே இறக்கப் படும்பாடு வெகு பரிதாபமாயிருந்தது. இரண்டு பேர் புஜங்களிலும் வளையம் கிண்ணென்று இறுகி இறங்க மறுத்தது. வியர்த்து விறுவிறுத்தது. இப்பொழுது அவனது தொங்கிய மீசை பயத்தால் நடுங்க ஆரம்பித்தது.

உடம்பை முன்னும் பின்னுமாகவும் மேலும் கீழுமாகவும் அசைத்து யாராவது ஒருவர் புஜப்பகுதியிலிருந்து இறக்கி வயிற்றுப்பகுதிக்கு கொண்டுவந்துவிட்டால் கொஞ்சம் லேசாக இருக்கும் என்று உடம்பை மேலும் கீழுமாக அசைப்பதுவும் கால்களை தலையில்போட்டு உதைப்பதுமாயிருந்தான். கூடவே அசோதை அலைக்கழிக்கப்பட்டு அல்லாடினாள். அவள் மூச்சுத்திணறி வலிதாங்காமல் தலையைக் குலுக்கியபோது கொண்டை அவிழ்ந்தது. அவள் மார்புகள் புடைத்து சிதறி விடுவதைப் போல விம்மி நின்றன. "சீ...பாவம்...ரொம்ப கண்றாவி" பெண் வாத்திமார்கள் அவள் படும் அவஸ்தைகளை சகிக்க மாட்டாமல் எழுந்து பள்ளிக்கூடத்திற்குள் சென்றுவிட்டார்கள்.

எட்மாஸ்டர் மனசு தாங்காமல் என்னவோபோல் ஆகிப் போனார். அவர்கள் ரெண்டு பேரின் மூஞ்சி கோணுகிற போதெல்லாம் இவரும் சங்கடத்தில் முகத்தைக் கோணிக்கொண்டேயிருந்தார்.

"இந்தாப்பா! இதுமாதிரியெல்லாம் இதுக்கு முன்னாடி செய்து பழக்கமிருக்கா இல்லையாப்பா? ரொம்ப சங்கடத்தில்

மாட்டிக்கிட்ட மாதிரி தெரியுதே!" அவன் பக்கமாய் நின்று கேட்ட எட்மாஸ்டரிடம் 'அதெல்லாம் ஒண்ணுமில்லை' என்கிற மாதிரி முகத்தில் சின்னத்தெளிவைக் காட்ட முயற்சித்து தோற்றுப்போனான் அய்யங்கண்ணு. இப்படி ஆகிப்போச்சே என்று அழமாட்டாமல் அணத்த ஆரம்பித்தாள் அசோதை. தரையில் கால்களை சில சமயம் இவனும் சில சமயம் அவளும் மாறிமாறி ஊன்றி ஒருவரையொருவர் சுமந்து நின்றார்கள். எதிரும் புதிருமாய் இருந்த அவர்களின் முகங்கள் ஆறுதலுக்குக் கூட பார்த்துக் கொள்ள முடியவில்லை.

இடுப்புப் பகுதிக்கு வந்த வளையத்தை ஒரு இஞ்ச் கூட நகற்றுவதற்கு சாத்தியமில்லாமலும் கால்கள் வலுவாக தரையில் நிலை கொள்ளாமல் ஊட்டிக் குப்புறவிழுகிற மாதிரி பயங்கொடுக்க ஆரம்பித்தது. கூடியிருந்த குழந்தைகள் அனுதாபமாக எழுந்து போகவும் கலையவும் ஆரம்பித்தார்கள். இவ்வளவு நேரம் இதுவரை தனித்திருந்து அறியாத அசோதையின் குழந்தை அம்மைக்கும் அப்பனுக்கும் ஏதோ ஆபத்து என்பதை அறிந்து கொண்டதுபோல் தன் இயல்புக்கு மீறி அழுது கரைய ஆரம்பித்தது. தாயைப் பிரிந்து ரொம்ப நேரமாகி விட்டபடியால் அதுக்கு பசியும் திடமில்லாது இருக்க வேண்டும். வயிறு ஒட்டிப்போயிருந்தது. நிலைமை ரொம்ப மோசமாக இருந்தது. கூட்டத்தின் நடுவில் வேடிக்கையாய் நின்ற மாணவர்களிடம் உச்சஸ்தாயியில் அழுதுகொண்டிருந்த குழந்தை, ஒவ்வொரு முகமாய் பார்த்து தன்னை தூக்கி வைத்துக் கொள்ளுமாறு இரண்டு கைகளையும் அடிக்கடி நீட்டியது.

குழந்தைக்கு தன் கையை தட்டி "அழுகாதே……இந்தா……அழு காதே அந்தா பாரு அம்மா……அந்தா அந்தா ஆ……ஐயா……அம்மா……" போக்குகாட்டி அழுகையை நிறுத்த முயற்சித்தார் எட்மாஸ்டர். நேரமாக ஆக சர்க்கலை மறந்த பிள்ளைகள் ஓடிப்பிடித்து விளையாட ஆரம்பித்தார்கள். இதுக்கு மேல் தாக்குப்பிடிக்காது என்ற முடிவு செய்த எட்மாஸ்டர் ஊருக்குள் போய் நாலுபேரைக் கூட்டிவந்தார்.

"சிக்கல் வர்றது உலகத்துல யாருக்கும் சகஜந்தான். அப்பயும் இப்படியா கோப்பு எடுக்கணும் அட கண்றாவியே"

"ஐயோ பாவம். அதுகளுக்கு என்ன வயித்து ஆத்திரமோ!

பலவாறு பேசிக் கொண்டே வந்த ஆள்கள் வந்து பார்த்த போது அசோதை குப்புற விழுந்து மூச்சுப் பறியாமலும், அய்யங்கண்ணு மட்டமல்லாக்க அவள் மேல் கிடந்தவாறு

கால்களை மேலுங்கீழுமாய் ஆய்ந்து புரள்வதற்கு முயன்று கொண்டிருந்தான். ஓடியாடிய பிள்ளைகள் இப்பொழுது சோகமாய் சுற்றி நின்று கொண்டிருந்தார்கள்.

இதற்கு நடுவில் அசோதையின் குழந்தை தவழ்ந்து போய், அவள் சேலையைப் பிடித்தவாறு தன் பசியை அம்மாவின் முகத்தைப் பார்த்து தெரிவிக்க, தன் மூச்சடக்கும் நீண்ட அழுகையில் தரையோடு தரையாய் படிந்து கிடக்கும் தாயின் முகத்தைத் தன் கையால் பிடித்துப் புரட்டித் திருப்ப பெரும் முயற்சி செய்து கொண்டிருந்தது.

கிருஷ்ணப்பருந்து

தெக்குத் தெருவில் இருந்து வந்த சிறிசும் பெரிசும் கச்சை கட்டிக்கிட்டு திரிஞ்சாங்க. முளைச்சு மூணு இலை போடாததெல்லாம் வடக்குத்தெரு பெரியாளுகளையும் பொம்பளைகளையும் பாத்து 'நோத்தா நொம்மா'ன்னுகிட்டும் 'அப்படியே அல்லையில எத்திருவேன். எப்படிக்கூடடா பொணத்த கொண்டு போனீக? ஓங்களுக்கு தெரியாம எப்படி மாயமாப் போகும்? தோட்டிவேலன்பட்டி சுடுகாட்டுக்கும் கொண்டுபோன மாதிரி தெரியலை. ஒவ்வொருத்தனும் விருதாவுல அடிபட்டுச் சாகாதீங்கன்னும் விரசிக்கிட்டு இருந்தாங்க.

"அவுக அப்பனையும் ஆத்தாளையும்போல இவனும் எங்குட்டாவது போய் சாகக்கூடாது. இங்க கிடந்து செத்து...... நாறிப்போயி.......அதுவும் சவம் எப்படி எங்க போச்சுன்னு தெரியலையே. கேக்கிற சம்சாரிகளுக்கு பதில் சொல்லி முடிலியே கிரகசாரம்."

விடிஞ்சதிலிருந்து சம்சாரிக தொல்லை தாங்க மாட்டாம வடக்குத் தெரு பொம்பளைகள் கும்பல் கும்பலா உக்காந்து முந்தானையாலே வாயைப் பொத்திக்கிட்டு அய்யோ சங்கட்டமேன்னு பேசிக்கிட்டிருந்தாங்க.

"லே! நல்லாருக்கிற ஊர ரெண்டாக்கிறாதீக" கடைசியா தலையாரி கூப்புட்டு அதட்டுனார்.

பிணவாடை ரோட்டு வரைக்கும் அடிக்கவுந்தான் நேத்து இன்னேரம் போல உள்ளபோய் பாத்தாங்க. சீவன் அடங்கி எத்தன நாளாச்சோ! உள்ள போய் யாரு பாக்கப்போனா? நாலஞ்சு நாளா ஒரு அரவமும் தெரியாம ஒரு வடயா வாடை அடிக்கவும்தான் யாரோ தற்செயலா உள்ள எட்டிப்பாத்தாங்க. தொக்கு விழுந்த வாயும் கத்தி போல இருந்த மூக்கு கோணியும் நரைச்ச புருவங்கள்லருந்து தொடங்குன ஏறுநெத்தி வழுக்கையாய் பின்புறம் வரை இறங்கிய பொடதியில் செம்பட்டை முடி சிலுத்த விரைச்சுக் கிடந்தான் முத்துக்கூத்தன்.

"இப்போ என்ன செய்யப் போறீக?" நின்றிருந்த ஒன்றிரண்டு ஆளுகளைக் கேட்டார் தலையாரி. ஆமா! அவரு கேக்குருதிலயும் ஞாயம் இருக்கு. இங்ஙனக்குள்ள கூடி இருக்கிற பள்ளக்குடியிலியோ இல்லே பறக்குடியிலியோ எந்த ஒரு உசிரும் இழுமறியா கிடக்கும் போதே உசிரு போகுமுன்னே தூக்கிக் கொண்டு போயிரணும்.

தெக்கே சுமைதாங்கிக் கல்லுகளா இருக்கே அங்க இவங்களுக்கான சுடுகாட்டை ஒட்டியிருக்கிற அந்த ஆலமரத்துக்குப் பக்கமா கொண்டுபோயிரணும். செத்த பிறகு பொணத்தை ரோட்டு மார்க்கமா சம்சாரிக குடியிருப்பு பக்கமா கொண்டு போக விடமாட்டாங்க.

அப்படி வம்படியா ஒரு உசிரு திடுதிப்புன்னு போச்சுன்னாக்கா இப்படியே வடக்காம ஏழுகல் தொலைவுல இருக்கிற தோட்டிவேலன் பட்டி சக்கிலியர் சுடுகாட்டுக்குத்தான் கொண்டு போகணும். அது பெரிய நொம்பலம். அந்த அளவுக்குப் போக விடுறதில்லை.

"இப்போ என்ற பண்றது? பெரிய தொரட்டாவில்ல போச்சு. இவன் இந்த ஊர்ல எந்த சாதி சனங்களோடும் சேர்த்தியில்லை. தீண்டான் ஜாதி. ஒத்த வீட்டுக்காரன். இவன் எதுருல வந்தாலே போன காரியம் வெளங்காது. நெறஞ்ச வீட்டுக்குள்ள அவனப்பத்தி பேசுனாலே தரித்திரியம்.' அதனால அவனுக்கு யாரும் வேல கொடுக்கிறதில்லை.

நடுசாமம் போல காலவீரன் வேசம்போட்டு உள்ளூர் மனுசர்களுக்கு பயந்து ரோட்டுப் பாதை வழியாக போகாம ஊருக்கு வெளியில கூடி காட்டு வாயிலாவே நடந்து போவான். தன்னை அறியாத அசலூர்கள்ல வீடு வீடா கையில மணியாட்டிக்கிட்டே இன்னொரு கையில அரிக்கேன் லைட்டை வச்சுக்கிட்டு எதோ ஒரு ராகத்துல தொலைவுட்டுல மேகங் குமுறுன மாதிரியா உறுமி உறுமி ராக்குறி சொல்லுவான். இவன் சுடுகாட்டுல கிடந்து புரண்டு வர்றவன்னு ஜனங்கள் அந்த சாமத்துல இருட்டுல மறைவா தான்யத்தை வச்சிட்டு வீட்டுக்குள் போயிருவாங்க. இவன் வரிசைபிடிச்சு எடுத்து துணியில பொட்டணமா கட்டி காட்டு வாயிலா ராவோடு ராவா குடிசைக்கு வந்து சேருவான். அதுலதான் சிவங்கழிக்கிறதா பேசிக்கிடுவாங்க.

ஆளுகள் கூடுறதும் கலையுறதுமா இருந்தது. பொணத்தை தூக்குறது யாரு? அதை இப்போ எங்க கொண்டு போறது? நாலு ஆளாவது வேண்டாமா?

பொழுதும் அடஞ்சி அந்த இடம் வெறிச்சோட ஆரம்பிச்சது. அந்த ஒலைக்குடிசையை சுத்தியிருந்த வேலிச்செடிகளை சைசுடண்ணி குகை மாதிரி செஞ்சி பகல்ல வெயிலுக்கு அவன் உட்கார்ந்திருக்கிற இடம், இப்போ இருட்டு கவுந்து பூதம் ஒண்ணு வாய்திறந்து அந்த ஒலைக் குடிசையை விழுங்கப்போற மாதிரி தெரிஞ்சது. கீர்கீர் கிக்கிச்சின்னு பூச்சிகளோட சத்தம் அமைதியாயிருந்த அந்த இடத்தில் உரக்க கேட்டது.

திடீர்ன்னு சாமம்போல அந்த இருட்டுக் குடிசையைச் சுத்தி காச்சுழுச்சுன்னு பெரீய்ய அவயம் கேட்டது. 'ஏசாமி!.....யா..... சாமியோவ் அச்சோ.......அச்சோன்னு' வயித்துலயும் நெஞ்சுலயும் அடிச்சுக்கிட்டு அழுது புலம்பற நரிக்குறவக் கூட்டம்.

ஒரு நாதி நாத்தங்கால் இல்லாம கிடந்த சாவு வீட்டுலயிருந்து ஆச்சு பூச்சுக்கிற கலவரம் மாதிரியான அவய அழுகுரல் கேட்டதும் சுத்துப்பத்துல உள்ள ஆண்கள் ஒவ்வொண்ணா தூக்கச்சடவோட திருதிருன்னு முழிச்சிக்கிட்டே ஒருத்தக்கொருத்தர்' என்ன? என்ன சத்தம்ன்னு கேட்டுக்கிட்டே வந்தாங்க.

'ஓ........இந்தக் கூட்டமா! இதுக இவனுக்கு ரொம்ப தோஸ்தில்லே! கழுதைகளுக்கு எப்படியோ தாக்கல் தெரிஞ்சி வந்து சேந்திருச்சிக பாரேன்.' வந்த எல்லோரும் அவங்கவங்க முதுகையும் மூஞ்சியையும் சொரிஞ்சுக்கிட்டே தூக்கச்சடவோட திரும்பிப் போயிட்டாங்க. வெள்ளக்காரன் பீரியடுல அந்தமான் சிறைச்சாலையில கிடந்த தியாகிகள் பக்கத்துப் பக்கத்து அறையில இருந்தும் பேசமுடியாம அடுத்த மனுச உருவத்தையே பாக்கமுடியாம துவம்சப்பட்ட மாதிரி ஒதுக்குப்புறமா இருந்த தீண்டான் முத்துக்கூத்தன் எப்பவாவது மனுசர்களைப் பாத்துப் பேசுறதுன்னா இந்த நரிக்குறவக் கூட்டந்தான். அவன மாதிரி பரிதாபமா இல்லாவிட்டாலும் அந்தக் கூட்டத்துக்குன்னு இருக்கிற வெளித்தெரியாத சோகம் இவனை ரொம்ப பாதிச்சிருந்தது. குடிசைக்குப் பின்னாடி இந்த மாதிரி விருந்தாடிக, தங்க சைசு பண்ணுன வேலிக்குள்ளே அவங்களோட உக்காந்து 'எங்க... எங்க... அந்த பாட்டெ இன்னொரு தரம் படிங்க'ன்னு அவங்க கைகளப் பிடிச்சிக்கிட்டு ஆவலாக கேப்பான்.

'பாசிமலை.....எ.....ஏ.....பாசிமலை.......

ஆஹா பாசிமலை ஊசிமலை
எங்கது சாமி இதுலே கோட்டையார்க்கு
கொஞ்சங்கூட பங்கில்லை சாமி......

காலி டால்டா டப்பாக்களை மத்தம் போல வச்சிக்கிட்டு ஆணும் பொண்ணும் கூட்டமா ஆடும்போது உணர்ச்சி மிகுதியிலே இவனும் ஆடுவான். காடை பிடிக்கவும், கவுதாரி பிடிக்கவும், ராத்திரி வலைபோட்டு நரி பிடிக்கவும் இவனும் கூட போவான். இவன் குடிசையில அவங்க தங்குற நாலஞ்சு நாள் இவனுக்குத் தீபாவளி மாதிரி. அவங்களோட பழைய சோத்தைப் பிழிஞ்சி வெயில்ல காயவச்சி திரும்பவும் அதை உலைவச்சி பொங்கி வடிச்ச சோத்தை இவனும் காடைக்கறியோ நரிக்கறியோ வச்சி சாப்பிடுவான்.

கூட்டமெல்லாம் போனபிறகு இவனா தன்னந்தனியா அந்தப் பாட்டை பாடி ஆடிப் பாப்பான். 'பாசிமலை ஊசிமலை எங்கது சாமி! அதுலே கோட்டையார்க்கு கொஞ்சங்கூட பங்கில்லை சாமி!'

அதுலெயிருக்கிற சோகந் தெரியாம பாட்டை சந்தோசமா பாடி ஆடுற அந்தக் கூட்டத்தை நெனச்சி பலநேரம் விசாரமா உக்காந்து நெஞ்சு பிணைய வலிக்கும்படி கண்ணீர் சிந்துவான்.

ஊருக்குள்ள எந்த ஏழைபாழையும் வீட்டைவிட்டு வெளியேறி அடியெடுத்து வச்சிரப்படாது. 'டே' யார்ராது கோட்டையார் களத்துலே! எவன்டாவன் கோட்டையார் புஞ்சையிலெ! கோட்ட முதலாளி சாவடிப் பக்கம் உனக்கென்னடா வேலை!' எங்க நின்னாலும் கோட்டையார் நிலம். கோட்டையார் சாவடி. கோட்டையார் வயல் அப்போ இந்தப் பூமியில எங்களுக்கு இடங்கிடையாதா? நாங்க காலு வச்சி நிக்கக் கூடாதா? நாங்க எங்கே போய்த்தான் தங்கிக்கிட சாமிகளா? இப்படி விரக்தியிலே மலையில போய் கூடாரம் போட்டு தங்கயில இந்த பூர்வீக குடிகள் இளக்காரமா வேதனையா பாடுன பாட்டுத்தான் அது.

எதுவும் விளையாத, விலையாகாத, கோட்டையார்க்கு தேவையில்லாத பகுதியில்லையா! இந்த மலையில் அவரும் அவரு ஆளுகளும் இங்க இப்ப வந்து இடைஞ்சல் பண்ணமுடியாதில்லே. அதனால 'இதுலே கோட்டையார்க்கு கொஞ்சங்கூட பங்கில்லை சாமி!'

முத்துக்கூத்தன் ஒரு நா கேட்டான் "ஆமா இப்படி காடா மேடா சுத்தரீகளேய்யா ஒரு வயசாளிக்கோ இல்லே ஏதும் ஒரு அஸ்த்மாத்தாவோ ஒரு உசிருக்கொண்ணு ஆயிருச்சுன்னா என்ன பண்ணுவீக" கேள்விய கேட்டதும் அந்த நரிக்குறவக் கூட்டம் எல்லாமே அப்படியே ஆரவாரத்தை நிறுத்தி அமைதியானது. ரொம்ப நேரம் யாரும் பேசவே இல்லை. கூத்தனுக்கு ரொம்ப வருத்தமாயிருச்சி. எதும் தப்பா கேட்டுட்டமோ?

கூத்தனோட ரொம்ப ஸ்நேகிதமா உயிராயிருக்கும் அந்தப் பெரிய மனுசர் மாத்திரம் சிவந்த கண்ணுலயிருந்து கண்ணீரை துடைச்சார். "சாமி! நாங்களும் பல நாடு கண்டு பல மனுசர்களைப் பாத்திருக்கோம். ஒருத்தரும் இப்படி கேள்வி கேக்கல சாமி. எங்கமேல எவ்வளவு ரகுசுப்பு இருந்தா இந்தக் கேள்விய கேப்பெ நீ" கீநாடி மேநாடி துடிக்க முத்துக்கூத்தன் பெரிசின் கையை ஆதரவா பிடிச்சான்.

"ஓங்கிட்ட சொல்லாம எங்நன சொல்லி ஆத்திக்க சாமி! சாமியோவ்!...... சாமியோவ்! நாங்க மரத்து நிழல்ல ஒதுங்குனாலே

துரத்துறாங்க சாமி! மூணுகல்லு வச்சி மந்தையில சமைக்க சசிக்காதவங்களா சாமி சுடுகாடு தரப்போறாங்க?"

திடீர்னு முத்துக்கூத்தனை ஆவிபிடிச்சி உடம்போடு சேத்துக் கட்டிக்கிட்டு முன்னும்பின்னுமாய் ஆட்டிக்கிட்டே பாவமாய் ஒப்பாரி வச்சி கண்ண மூடிக்கிட்டு பாட ஆரம்பிச்சான்.

'நாங்க தேர்கட்டி எங்க சாதி சனத்தை தூக்கிட்டு போறதை இந்த உலகம் பார்த்திருக்கா......?'

'ஏ சாமியோ...! நாங்க பூ அலங்காரம் பண்ணி எங்க பெண்டு பிள்ளைகளை பாடைகட்டி கொண்டுபோக அந்த வானம் பாத்திருக்கா......

'ஐயோ சாமி! நாங்க செத்த பொணத்து மேல விழுந்து வாய்விட்டு அழுகிறதை அந்த சாமி பாத்திருக்கா...'

கோடாரிக் கொண்டை அவுந்து விழ தலையில அடிச்சு அழுத பெரிசுவின் கைய 'ஐயா...ஐயா'ன்னு முத்துக்கூத்தன் அழுதுகிட்டே பிடிக்க, அந்தக் கூட்டமே இப்பொ அவனச் சுத்தி நின்னு அழுதது.

"அதாம்பா இப்படி போன இடத்துல எதுனாச்சும் ஆகிப்போச்சுன்னா நாங்க அடிச்சித் தங்குற டேராவுக்குள்ளயே யாருக்கும் தெரியாம புதைச்சிப்பிட்டு...ஆமா! இது வெளியில தெரிஞ்சா நாங்க எங்கயாவது அடுத்து டேரா அடிக்க முடியுமா? புதைச்சிப்பிட்டு... எங்க ஆசாபாசம் அவ்வளத்தையும் கூடவே புதைச்சிப்பிட்டு.... டேராவை சுருட்டிக்கிட்டு 'ஏ சாமி நரிக்கொம்பு வேணுமா ஏசாமி மயிலெண்ணை வேணுமா.... ஐயா சாமி மலைத்தேன் வேணுமான்னு' ஆடிப்பாடிக்கிட்டே அடுத்த ஊரு போவோம்."

பாடும் பாட்டின் சோகம் தெரியாம ஆடவும் பாடவுமா இருக்கிறது முத்துக்கூத்தனுக்கு இப்பொ ஆச்சரியமாப்படலை. பூமிக்கடியில ஓடுற நெருப்பாறு மாதிரி அந்த மனுசர்களின் மனசு மட்டில்லாம ததிச்ச கிட்டுத்தான் இருக்கு.

தன்னப் பெத்தவங்களை கூட அந்த சின்ன வயசுல ஊர்பேர் தெரியாத இடத்துல ஜோடியா புதைக்கிறதை முத்துக்கூத்தன் அனாதையா நின்னு பாத்திருக்கான்.

முத்துக்கூத்தனோட அப்பன் போலுக்கூத்தனும் ஆத்தா சக்கம்மாளும் ஒத்த மாட்டு வண்டிய பூட்டிக்கிட்டு ஊரு ஊருக்குப்போய் நாடகம் போடும்போது இவனுக்கு வயசு எட்டு இருக்கும். தீண்டான் ஜாதீன்னு ஊரைவிட்டுத் தள்ளிவச்சிருந்த ஒத்தவீடு. சாம்பாக்கமார்களுக்கு முடிவெட்டுறது குலத்தொழில். அவ்ளதான், பிறகு உடம்புல எவ்வளவு தெம்பு இருந்தாலும் வேற வேல வெட்டிக்கு போகமுடியாது. தரமாட்டாக.

அப்பொ பிணம் சுடுற தொழில் பாத்துக்கிட்டிருந்த சாம்பாக்கமார்க, இழவு வீடுகள்ல அவங்களுக்கு கிடைக்கிற ஆறு பலாப்பெட்டி சோத்துல ஒரு பலாப்பெட்டியும், மாடு கன்னு செத்தா ஆறு கூறுல ஒரு கூறும் முடிவெட்டுற கூலியா போலுக்கூத்தனுக்கு கொடுப்பாங்க. அது வாய்க்கும் வயித்துக்கும் எட்டாம ஏற்கனவே பாட்டுக்காரியாயிருந்த நாடக வாத்தியார் மகளான பெண்ஜாதி சக்கம்மா யோசனப்படி ஆறுமாசம் வெளியூர்ல நாடகம் போட கிளம்பிருவாங்க.

சொந்த ஊர்லதான் இவங்களுக்கு மருவாதியில்லையே ஒழிய வெளியூர்கள்ல போலுக்கூத்தன் நாடகம்னாத்தான் அந்த வருசம் வெள்ளாமை நல்லாருக்கும்னு பேரு. மேடையும் இல்லாம சோடனையும் இல்லாம நடக்கும் நாடகத்தைப் பக்கத்து ஊர்லருந்தெல்லாம் வண்டி கட்டி வந்து பாப்பாங்க.

நாடகம் எங்க நடந்தாலும் கடைசியில் ‘பட்டி பெருக வேணும் பால்போல பொங்கவேணும்’ங்கிற மங்களம் பாடும்போது நாடகம் நடக்குற இடத்துக்கு எங்கிருந்தாவது ஒரு கிருஷ்ணப்பருந்து வந்து மேலே விர்ர் விர்ர்ருன்னு மரிச்சு மரிச்சு லாந்தும். அது ஒரு பெரிய அதிசயம். ஜனங்கள்லாம் சந்தோசமா மேல பாத்துக் கும்புட்டு, ‘ஙா...! சரிசரி பூமி குளிந்துரும். இந்த வருசம் நாடு செழிச்சிரும்’னு சந்தோசமா கிளம்பிப் போவாங்க.

மழை பெய்யாத தூரக் காடுகள்லருந்து ஆளுகள் போலுக்கூத்தனை நாடகம் நடக்கிற இடம் பாத்து வந்து விசாரிச்சுக் கூட்டிப்போவாங்க.

எட்டுவயசு முத்துக்கூத்தன் லோதிதாசனா கீழே பாம்பு கடிச்ச பிணமாய் படுத்துக் கிடப்பான். காசி நகரத்திலே சந்திரமதி பிச்சை கேட்கிறாள். சக்கம்மா மடியேந்தி நாடகம் பாக்குற கூட்டத்துக்குள்ள நொழுஞ்சி கேட்கிறாள். “நீதிமுறை தப்பாம வாழ்ற மகாஜனங்களே! தாய் தந்தையிருந்தும் செங்கோல் பிடித்து ஆள நாடிருந்தும் சத்தியத்தைக் காக்க அனாதையா இறந்துபோன என் பிள்ளைக்கு கால்ப்பணம், முழத்துண்டு, வாய்க்கரிசி வாங்க தருமம் பண்ணுங்க பிரபுகளே!”

ஊருக்குள்ள அனாதைப் பொணம் கிடக்கப்படாதுன்னு சவச் செலவுக்கு சில்லறைகளாவும் தான்ய தவசமாவும் சக்கம்மாவின் கோணிப்பைகள் ரொம்பும். அதுதான் வரும்படி.

சத்தியத்தைக் காப்பாத்த மகனை இழந்ததோடு, பெண்டாட்டியவே பலிகொடுக்கப் போகும்போது அரிச்சந்திரனான போலுக்கூத்தன் ஆத்தமாட்டாம அத்தனை சாமி பேரையும் அவயம் போட்டு கூப்புடுவான்.

'முப்பத்தி முக்கோடி தேவர்களே! நாற்பத்தொண்ணாயிரம் ரிஷிமார்களே! கின்னரர், கிம்புருடர், அஷ்ட திக்குப் பாலர்களே! உலகத்தில் வேதமும் தர்மமும் சத்தியமும் வாய்மையும் இருப்பதும் உண்மையானால்......'

எங்கிருந்தோ வந்த கிருஷ்ணப்பருந்து, எதுத்தும் மறித்தும் அப்படியும் இப்படியுமா விர்ருவிர்ருன்னு லாந்தும். உட்கார்ந்திருந்த கூட்டம் பூராவும் குலவை போட்டு அண்ணாக்கப் பாத்து ரெண்டு தவடையிலயும் கிருஷ்ணா கிருஷ்ணான்னு போட்டு நிக்கிமுங்க. ஏதோ தேவ கிருபைகள் அந்த இடத்தை சூழ்ந்த மாதிரி எங்கிருந்தோ திடீர்னு இடி மின்னலோட பெருமழ, அரைச்சணத்தில் தெரு பூராவும் வெள்ளக்காடு.

நரிக்குறவக் கூட்டம் வந்திருக்குன்னதும் சாமத்திலிருந்து சம்சாரிக தெருவுல இளவட்டங்க முழிப்பு இருந்தாங்க. 'விருதா கிறுக்கு கழுதைக. 'காச்சாம் மூச்சாம்'னு பொணத்த தூக்கிக்கிட்டு தெக்கே வந்துருச்சுன்னா அதுகளை தாமரிக்க முடியாது. நடுத்தெருவுல இறக்கி வச்சிக்கிட்டு ஏ சாமே...... ஏ சாமேன்னு நாடிய நாடிய பிடிச்சிக்கிட்டும் கால்ல விழுந்துக்கிட்டும் மல்லுக்கட்டுங்க் அப்படென்னு உசாரா இருந்தாங்க.

நல்லா பளபளன்னு விடிஞ்சதும் வடக்கேயிருந்து ஒரு சத்தமும் காணம். ஒருவேளை வடக்கூரு சுடுகாட்டுக்கு கொண்டு போயிட்டாங்களோன்னு மோட்டார் சைக்கிள்ல பறந்துபோய் விசாரிச்சிட்டு ஆள்திரும்ப, அங்கேயும் பொணம் வந்த தடயமே இல்லைன்னு தாக்கல் வந்தது.

இந்த நரிக்குறவக் கூட்டம் வாக்குல அம்போன்னு போட்டுட்டுப் போக சாமம்போல நாய் நரி ஏதாவது.... ஒண்ணும் புலப்படலை. அப்பவும் தெக்குத்தெருக்காரங்க ஒருத்தன் கண்ணுல கூட படாம சவம் எப்படி மாயமாயிரும்?

கடைசியா தலையாரி கூப்பிட்டு அதட்டுனார். "லே! நல்லாருக்கிற ஊர ரெண்டாக்கிறாதீக. உள்ளதச் சொல்லிருங்க. எப்படிக்கூடி கொண்டுபோனீக. சம்சாரி தெருவழியா அசந்த நேரம் கொண்டு போயிருந்தாலும் ஒரு தடவ மாப்புவிடச் சொல்லுவோம்." சம்பந்தமில்லாத அந்த சனங்க என்ன சொல்றதுன்னு தெரியாம தலைய தலைய சொரிஞ்சுகிட்டு நின்னாங்க.

"அப்போ நாளப்பின்ன சம்சாரிக ஆதரவு வேண்டாமா?"

ஒண்ணுமறியா கூலிச்சனங்கள் எந்தக் காரணமும் இல்லாம காலமெல்லாம் குத்தவாளியாவே நிக்கிறாங்க. இதையெல்லாம் பாத்த மட்டுல கிருஷ்ணப் பருந்தொன்னு அந்தக் குடிசையின் மேல் சோகமாய் உட்கார்ந்திருந்தது.

பிறிதின் நோய்

நேத்து பொழுதிருக்க ரொம்ப வெள்ளென கொண்டுவந்து ஆடுகளை தொழுவில அடச்சிட்டான் சுருளி. போய் பாக்கும்போது ஆடுக வயிறு இரையில்லாம 'கொடேர்'னு கிடந்தது. சுருளிய பாத்ததும் ஆடுகள்லாம் மளமளான்னு எந்திரிச்சி மேச்சலுக்குத் தயாரா 'டேபேன்னு ஒண்ணுபோல சத்தங்கொடுத்து படலைத் தள்ளிவிட்டு வெளியேற முண்டியடிச்சி சுருளியின் மூஞ்சை மூஞ்சைப் பாத்து நின்னதுக. ஆடுக வயிறெடுக்கலன்னா சுருளிக்கு கண்ணடையாது. நடுச்சாமம்வரை ஆனாலுஞ் சரி, எவ்வளவு தொலைவுட்டுனாலுஞ் சரி, நல்ல மேய்ச்சதரை இருக்குதுன்னு கேள்விப்பட்டா அவன் பசியைப் பத்திகூட நினைக்கவே மாட்டான். ஆளுகளே வெளியேற முடியாத அடைமழைன்னாகூட தொரட்டிக்கம்பு கொண்டுபோய் மரம் மட்டைகளில் ஏறி ரெண்டு குலை கொம்புகள் கொண்டுவந்து ஆடுகள் வயிறை ரொப்புனாத்தான் இவன் கும்பாவுக்கு முன்னாடி கஞ்சித் தண்ணிக்குன்னு உட்காருவான்.

மொதலாளி மகளுக்கு கல்யாணம். அங்கேதான் வாரத்துக்கு ஆடு மேய்க்கிறான். நேத்து பூ முடிப்புக்கு மாப்ளே வீட்டிலிருந்து ஒரு பஸ் நெறய ஆளுக வர்றதனாலே தண்ணி எடுக்க, சமையல் பாத்திரம் எடுத்துவர, மத்த வேலைகளுக்கு தோதா சுருளிய சாயந்தரம் சீக்கிரமாவே ஆட்டைக் கொண்டுவந்து அடைக்க உத்தரவு போட்டிருந்தார் முதலாளி. ஆடு மொத்தமும் டேபேன்னு கத்தவும் 'அடாடாடா' என்ற பரிதாபமாய் தடவிக்கொடுத்தான். ஒத்த ஆடு மேயாம நின்னாலும் அதைப் பொடதியில் போட்டுக்கொண்டு போய் கீதாரித்தேவரிடம் மருந்து மாயம் உள்ளே செலுத்தி அதை வயிறு மேவ இரைமேய வைத்தால்தான் இவனுக்கு நிம்மதி 'ம்' என்று பெருசாய் மூச்சை இழுத்து பலத்த யோசனையில் எல்லா ஆடுகளையும் பாத்தமட்டுல இருந்தவன், 'பொறுங்க பொறுங்க. ரெண்டே எட்டுலபோய் ஒருவா அள்ளிப்போட்டுட்டு பத்துமணி வாக்குல எழுப்பிடுறேன்' மனுசன் வருசத்துக்கொரு வாட்டியாவது கொஞ்சம் ருசிமசியா சாப்ட வேண்டாமா? அதுவும் எலச்சாப்பாடு, குச்சிக்கதவை இழுத்துச் சாத்துனதும் ரோடேறி மளமளான்னு நடக்க ஆரம்பிச்சான். நல்லது பொல்லதுக்குன்னு உடுத்துற வேட்டியையும் சட்டையையும் ஒரு பார்வை முன்னும் பின்னும் வளைஞ்சி

பாத்துக்கிட்டான். தோள்ல கெடந்த குடல்துண்டை ஒரு தடவை சரி பண்ணிக்கிட்டான். போயி வந்ததும் அப்படியே அழுக்குப்படாம டிரங்குப் பெட்டியிலே, அவுத்து மடிச்சு வச்சிரணும்னு முடிவு. பக்கத்து டவுன்ல கல்யாணமண்டபத்துல முகூர்த்தம்.

"ஏலே ரொம்ப போடுசா தெரியுது. ஓம் மொதலாளி வீட்டுக் கல்யாணமா?"

"ஆமா சாமியோவ்."

பைக்குல போனவர் இவனப் பாத்து குஷி ஏத்திவிட்டுப் போனார். ஊரே திரண்டு சைக்கிள்லயும் மோட்டார் பைக்குலயும் விர்ரு விர்ருன்னு கல்யாணத்துக்குப் பறந்துக்கிட்டிருந்தது. அடேயப்பா. இந்த எலச்சாப்பாடு சாப்புட எவ்வளவு நாள் காத்துக்கிட்டிருந்தான்.

கல்யாண நாள் கணக்கை ரொம்ப கரெக்டா போட்டுக்கிட்டிருந்தான். "இன்னும் எட்டுநாள் இருக்கா" அப்படென்னு யாராவது கேட்டா "எட்டுநாள் எங்கயிருக்கு எட்டு நா. இன்னக்கி வெள்ளி. அடுத்த வெள்ளியில கல்யாணம். நடுவில ஆறுநாத்தான். நாள் ஓடிப்போகும்" என்று அவசரமா கணக்கு சொல்வான். மொதநா ராத்திரியோட காச்சுன கஞ்சி தீந்துபோற மாதிரி அனந்தம்மா சட்டிய, கழுவி, கவுத்து வச்சிட்டா. காலையிலதாம் அவரு கல்யாணத்துக்கு போயிருவாரூல்ல, என்னமோ நமக்குத் தக்கன ஈடு செஞ்சிட்டு அவரு வகுத்துக்கு அவரு பாத்துக்கிட்டாருன்னா நாம வேலைக்குப் போன எடுத்துல ரெண்டு கருது காய பிடுங்கித் தின்னுட்டு ராத்திரி வந்து ஒலய வக்கெலாமுன்னு அவ நெனப்பு. தேவர் அப்பச்சி வீட்டுக்கு வேற போகணும். பிள்ளை உசிருபோக தொரத்துறான். சின்னப்பிள்ளைக குன்னிருமலுக்கு அவருதான் கைராசிக்காரர்.

சுருளி மண்டபத்துக்குள்ளே நொழுஞ்சான். ரெண்டு மைல் தூரம் ஏறுவெயில்ல நடந்தது. கொஞ்சநேரம் கண்ணு இருண்டு தெளிஞ்சது. பந்தி கனஜோரா நடந்துக்கிட்டிருந்தது. எல்லோரும் ஒண்ணுபோல குனிஞ்சு நிமுந்து பொடுபொடுன்னு சாப்பிட்டுக்கிட்டிருந்தாங்க. ஆடுகள் அமந்து இரை மேஞ்ச மாதிரி தெரிஞ்சது சுருளிக்கு. ஆடுகள் வன்கொலயா பட்டினி கிடக்கிறது ஞாபகத்துக்கு வந்தது. மண்டபத்துக்குள் கல்யாணச் சாப்பாட்டோட ஒருவித வாசனை கபகடன்னு இவன் பசியைக் கிளப்பியது. அடுத்த பந்தியில உட்கார்ந்துரணும். முடிச்சிட்டுப் போய் ஆடு எழுப்பணும். சோறு சாம்பாரு கிடையாதோ என்ற யோசிச்சவாறு மண்டபத்துக்கு வெளியே வந்து ஒரு பீடியைப் பத்தவச்சான்.

இப்டல்லாம் நாலுவகை வெஞ்சனம் அப்பளம் பாயாசத்தோட சாப்பாடு போற விருந்தெல்லாம் இல்லாம போச்சி. காலையில ஒரு நேரத்தோட கேசரி இட்லின்னு முடிச்சிட்டு கோளாறா மொய்ய வாங்கீர்றாங்க. அந்தக் காலமெல்லாம் மலையேறிப் போச்சி. முன்னாடி ஈடு செய்றதெல்லாம் சொந்தக்காரங்க மட்டும்தான். ஆனா ஊருநூராம் கூப்பிட்டு பந்தி நடக்கும். இப்போ கிரஹப்பிரவேசம், சடங்கு, கல்யாணம், காடையேத்துன்னா அடைக்க ஊருநூராம் பத்திரிகை கொடுக்கிறான். போய் பாத்தோமுன்னா கல்லாப் பெட்டியுங் கையுமா கிளப்புக்கடை நடத்துறான்.

கல்யாணத் து படு லெல்லாம் ஒண்ணும் இல்லே. சாப்பாட்டுப் பாய்ச்சல்தான் கடுமையா இருந்தது. ஒருத்தருக்கொருத்தர் என்ன எவடன்னு பேசிக்கிடலை. பந்தியிலேயும் மொய் செய்யிற இடத்துலயும் தான் கூட்டம் அலை மோதுனது. சுருளி வெளியே ஒரு பக்கமா ஒடுங்கிப்போய் உட்கார்ந்திருந்தான். இன்னக்கி ஆடு எழுப்ப முடியாம போனது போச்சி. சிறுகுடலை பெருங்குடல் கவ்வுற கவ்வுக்கு உக்காந்து மூணு தேறத்துக்கும் தாங்கும்படியா ஒரு அணப்பு அணச்சிர வேண்டிதான். அதுக்குத் தோதான ஆளு பாத்து பக்கத்துல உக்காரணும். பெருமைக்குச் சாப்புடறவன் பக்கத்துல உக்காந்தா கோயில்ல தளுகச் சோறுவாங்கி வாயில போட்டுட்டு துூண்ல தொடச்சிட்டு வந்த கதையாகிப் போகும்.

வீட்டுல நல்லா மூணு மம்பட்டிச் சோறு திம்பானுக. பந்தியிலே வந்து உக்காந்துகிட்டு என்னமோ பெரிய லார்டு லப்ரதாஸ் பேரன் மாதிரி முணுக்கி முணுக்கி தின்னுக்கிட் டிருப்பான். எலையில போட்ட சோத்தை சாம்பார் வாங்கிச் சாப்பிட்டுட்டு பக்கத்து எலக்காரனைப் பாத்தா அவன் அப்பத்தான் சாம்பார்ல இருக்கிற முருங்கைக்கா அவரைக்காய ஒரு ஓரமா ஒதுக்கிக்கிட்டிருப்பான். அடுத்த வரிசையிலெ எதுக்க உக்காந்திருக்கிறவன்கிட்ட ஊர்பட்ட சவடால் பேசிக்கிட்டிருப்பான் பெரிய ஜில்லாகலெக்டர் மாதிரி.

வகுத்தோடை வெள்ளைச்சாமி வந்திருந்தான்னா ரொம்ப தோதாயிருக்கும். பக்கத்துல இருக்கிற ஆளுக்கு நெனச்சதெல்லாம் வந்து விழுகும். சப்ளையரை அப்படி வரவழைப்பான். பந்தியில உக்காந்து இலையில தண்ணிய தெளிப்பான். மொதல்ல கேசரி வரும். கரண்டியிலிருந்து இலையில் விழுந்தும் விழுகும்முன்னே ரெண்டு விரல்ல எடுத்து 'லபக்'குன்னு இரைப்பொட்டிக்கே போயி விழுகிற மாதிரி ஒரு சூறை, ரெண்டு இலை தள்ளிப்போன கேசரிக்காரன் ஒரு இலையைத் தாண்டி வந்துட்டனென்னு பிறகொருதரம் வச்சிட்டுப் போவான். அவ்ளதான், ஒரு வீச்சுல மாயமாயிரும். அடுத்த வரிசையிலே பரிமாறிக்கிட்டிருந்தவன்

தற்செயலாய் பாத்து 'பந்தி வக்கிறான் பாரு மொகற கணக்கா... ஒரு இலையில வெக்காம போறான்'னு மொனங்கிக்கிட்டே வரிசையைத் தாண்டிவந்து வச்சிட்டுப்போவான். தடந்தெரியாம பழையபடி எலய தெளிவா கண்ணாடி போல வச்சிருப்பான் வெள்ளச்சாமி. பந்தியெ மேல் பாக்குவறவர் அப்படியே சுத்தி வருவார். வெள்ளச்சாமி எலயப் பாத்ததும் 'ஏய் ஏய் கூறுகெட்ட பயகா ஒழுங்கா எலவிடாம பாத்து பருமாருங்கடா' அப்படின்னு அவரு உத்தரவுல ஒரு தடவை சமையக்கட்டிலிருந்தே துருவா கேசரி வந்து சேரும். பிறகு வர்ற இட்லி வடை பொங்கலையெல்லாம் கீழ் குதிங்கால்லருந்து கிட்டிச்சி வர்றமாதிரிதான்...... ஒரே மல்யுத்தம். கொத்தனார் கரண்டியிலெ சாந்தை அள்ளி சந்துபொந்தெல்லாம் எறிஞ்ச மாதிரி.

பந்தி எந்திரிச்சி. அடுத்த பந்திக்கு ஆளுக மளமளன்னு உள்ள நொழுஞ்சது. சுருளியும் இடிச்சித் தள்ளி அவசரமா உள்ள போனான். ஆளுக அங்கொண்ணும் இங்கொண்ணுமா இன்னுஞ் சாப்டுக்கிட்டிருந்தது. பின்னாடிபோய் இடம்பிடிக்க ஆளுக வரிசையா நின்னுக்கிட்டிருந்தாங்க. பாவம் சாப்பிடறவங்க... அபக்கு அபக்குன்னு ஒண்ணுரெண்டா சாப்ட்டாங்க. சரி, அடுத்த பந்திதான்னு சுருளி வெளிய வந்துட்டான். பசி அகோரமா இருந்தது. அடுத்த குருப்புல எப்படியும் உக்காந்துரணும். மொய் ரூபா இருபத்தஞ்சு தவிர பீடி வாங்க எட்டணா மட்டும் இருந்தது. ஒரு பஞ்சந்தாங்கிக்கூட (டௌ) வழி இல்லை. பழையபடியும் ஒரு பீடிய பத்தவச்சி தற்செயலா பாக்கும்போது அவனுக்கு ஒரு ஆனந்த அதிர்ச்சி காத்திருந்தது.

மண்டபத்தை ஒட்டுன வெத்தலபாக்குக் கடையிலெ அகத்தாபட்டியான் திருதிருன்னு முழிச்சிக்கிட்டு மண்டபத்துல நுழைய சமயம் பாத்து நின்னுக்கிட்டிருந்தான். இவனும் லேசுப்பட்ட ஆளில்லே. எத்தனபேர் எப்பேர்பட்ட கொம்பங்க வந்தாலுஞ் சரி; இடிச்சித் தள்ளிவிட்டுட்டு பந்தியில போய் உக்காந்திருவான். அவன யாரும் பந்தியிலிருந்து எழுப்பமுடியாது. அப்படி ஒரு ரெக்கார்டு பண்ணீட்டான். சிறு வயசிலிருந்தே அவனுக்கு சமையல் பாத்திரக்கடைதான் கதி. வாடகைப் பாத்திரம் வண்டியில ஏறும்போதே தேக்சாவோட தேக்சாவா இவனும் ஏறி உக்காந்துருவான். விசேஷ வீடுகள்ல பந்தலைப் பிரிக்கிற வரைக்கும் அங்கதான் இருப்பு. சிலசமயம் சீசன்ல ரெண்டு மூணு வண்டியில பாத்திரம் ஏறுனா பாத்திரக் கடைக்காரர்கிட்ட தீர விசாரிப்பான். அவரும் இவனைப்போல ஏழபாழகன்னா கொஞ்சம் இரக்கம் காட்டுறவரு. "ஏலோ அகத்தாபட்டியான், அந்தா அந்த ஒத்தமாட்டு

வண்டிக்குப் பின்னால போயிறாதடா, பாவம் நம்மளக்கணக்கா ரொம்ப நொஞ்ச புள்ளிக கல்யாணமுடா, பின்னால நிக்கிது பாரு அந்த வண்டி மாத்திரம் வெங்கடாசலபுரம் மே வீட்டு முதலாளி எழவுக்குப் போகுது. அதுல தொத்திக்கோ. தாங்கும்டா! ரெண்டு மூணு நா பொழுது போகும்.' இவனுக்கும் கல்யாணம் எழவுன்னு பேதமெல்லாம் கிடையாது. தேக்சா, அண்டாக்கள் எண்ணிக்கைதான் கணக்கு.

சுருளி, அகத்தாபாட்டியானுக்குப் பக்கத்துல உக்காந்திருந்தான். 'இவன் எங்கன இருந்து வந்தான்… ரேடியோ சத்தும் கேட்டுறக்கூடாது இவனுக்கு. 'கூட்டத்துல கசமுசன்னு பேசுனாங்க. சுருளி மட்டும் அவனப்பாத்து லேசா சிரிச்சான். அவன் யாரையும் கண்டுக்கிடலை. அவனுக்குத்தான் எவன் தயவும் தேவையில்லையே. தூரத்திலிருந்து பரிமாறி வர்ற கேசரியைப் பாக்கப்பாக்க பசிக்குமதுக்கும், சுருளியின் உள்நாக்குல எச்சி ஊத்துப் பறிஞ்சது. சொர்ரிப்பழமும் முந்திரிப்பருப்பும் ஒரு சிலருக்கு தெய்வாதீனமா முழுசாய் விழுந்திருந்தது. அவங்க ஆனந்தக்கண்ணீர் வடிக்காததுதான் குறை. அதுக்கெல்லாம் ஒருயோகம் வேணும். நம்மகிட்ட வரும்போது பாரு கேசரி கரண்டியோட ஒட்டிக்கிட என்ன ஒதறுனாலும் இலையில விழுவனாங்கும்.

மொதலாளி வேகமா உள்ள நொழுஞ்சார். சுத்தி முத்திப் பார்த்ததும் அகத்தாபாட்டியானைப் பாத்து நாக்கைத் துருத்திக்கிட்டு "ஏலெ எந்திர்றா! பிறகு கூட்டங் கொறஞ்சப்பிறகு வந்து உக்காரு. எந்திரி." அவன் கொஞ்சங்கூட கிணுக்குன்னு அசையல. அவம்பாட்டுல சொல்லுதாமுன்னு தலைய கவுந்தமட்டுல உக்காந்திருந்தான். இவங்கிட்ட பாச்சா பலியாதுன்னு முடிவு பண்ணுனவர் "யப்பா…. சுருளி, நீ கொஞ்சம் எந்திரி. இந்தா இந்த முதலாளி சாப்டுட்டு கோவில்பட்டியில ஒரு கல்யாணத்துக்குப் போகணும். நீயி அடுத்த பந்தியில உக்காரு."

சுருளி எந்திரிச்சி வெளியே வந்தான். பொழுது உச்சியைத் தாண்டி மேற்கே சாய ஆரம்பிச்சிருந்தது. கருக்கல்ல விடிஞ்சும் விடியாம கஞ்சியக்குடிச்சிட்டு ஆட்டப் பாத்துறவனுக்கு இப்ப பசி பொறுக்கல. மொய் செய்ற இடம் செலாத்தலா தெரிஞ்சது. 'உள்ளூர் ஆட்டுக்கார சுருளி இருபத்தஞ்சு'ன்னு எழுதச் சொல்லி ரூபாயக் கொடுத்தான். சாப்பிட்டு வெத்தல போட்டுப் பேசிக்கிட்டிருந்த ஆளுக பக்கமா வந்து உக்காந்தான். "இந்தாப்பா குருசாமி, இந்துப் பந்தியோட டிபன் அயிட்டம் தீந்து போச்சி. ஒரு பத்துபடி அரிசி உலையிலல போடச் சொல்லியிருக்கேன். சாப்புடாத ஆளுகளை தூக்காட்டி வை. "முதலாளி வந்து சொன்னது பசி இரைச்சலில் அடைப்பெறிய சுருளியின் காதில் லேசாக் கேட்டது.

"பேசுனா பேசுனபடிதான். சாலையில டியனுக்கு மாத்திரந்தான் எல எடுக்கிறதாப் பேச்சு. அதுக்குத்தான் சாப்பாடு போக சம்பளம் பேசுனது. நீங்க சாயந்தரம் வரைக்கும் சமையல் பண்ணி பந்தி வக்கிற எலயெல்லாம் எடுத்துக்கிட்டிருக்க மாட்டோம்....க்காம்..." இலை எடுக்க பேசிவந்த பொம்பளக ரெண்டு பேரும் கறாரா மூக்கு வெடைக்கப் பேசிக்கிட்டே இடுப்பில் சொருகியிருந்த முந்தானைய ஒதறியவாறு கல்யாண வீட்டுக்காரரை எளப்பமா பாத்தாங்க. "இந்தாம்மா, ஒன் முனிசிபாலிட்டி வேலய எங்கிட்ட காட்டாதே, தூர நின்னு நாய் மாதிரி பேசுன காச வாங்கிட்டுப் போ. ஒண்ணும் நின்னுபோகாது."

ஆத்திரமா சொல்லீட்டு விறுவிறுன்னு வெளியே வந்தவர் "இந்தாடா சுருளி, அந்த தேக்சா மூடிய அவளுக்கிட்டெயிருந்து வாங்கிகிட்டு உள்ளபோ. மளமளன்னு அந்த எலய எடுறா. இவளுக என்னமோ பெரிய்ய மயிருக மாதிரி பேசுறாளுக. போ... சீக்கிரம் போ..." சுருளிக்கு மூஞ்சி இம்புட்டா சுருங்கிப்போச்சு. வெள்ளை வேட்டியையும் சட்டையையும் ஒரு தடவ பார்த்துக்கொண்டான். ஹாஉம்...ன்னு நொந்து தோளில் அலங்காரமாய்ப் போட்ட குடல்துண்டை தலைப்பாகையா கட்டினான்.

"ஏய்! எலய மளமளன்னு எடப்பா. என்னமோ பிராமணப்புள்ள நண்டுபிடிச்ச மாதிரி எடுப்பமா வேண்டாமான்னு அசையுறான்." இப்படியொருத்தர் சொல்லவும் "அவங்களுக்கு திங்கறதிலயும் துட்டு வாங்குறதிலயுந்தான் குறி. பேசிப்பாருங்க அடேயப்பா!" இப்படியொருத்தர்.

"குருசாமி! மாப்ளகூட வேல செய்ற ஆளுக ஷிப்டு முடிஞ்சு ரெண்டு வேன்ல இப்பத்தான் வந்துக்கிட்டிருக்காக. வேற அனாவசிய ஆளுகள உக்கார விட்டுறாதே. கூட்டம் இல்லாம இருக்கும்போதே மொய் எழுதுற ரெண்டு பேரையும் சாப்பிடச் சொல்லி சட்டுன்னு எழுத உக்காரச் சொல்லிரு. மொய்க்கணக்கு ஒரு ஆள் கையிலேயே இருக்கட்டும்."

சுருளி குனிஞ்சு எலயெடுத்து நிமிரும்போது கண்ணுல பஞ்சு பஞ்சா எதோ பறக்குற மாதிரி இருந்தது. மொத்த ஆடுகளும் பசியால இவன் வயித்துக்குள்ளிருந்து பே.... பேன்னு தொயந்து கத்துன மாதிரி வயிறு கூச்சல் போட்டது.

பொண்ணு மாப்பிள்ளைய அனுப்பி வச்சிட்டு மொதலாளி சாவகாசமாய் நாலஞ்சு டேரோடு உக்காந்து பிள்ளைகளுக்கெல்லாம் கல்யாணம் முடிச்ச சாதுர்யத்தையும் இவரு கல்யாணத்துக்குப் பொண்ணு பாக்கப் போனதிலிருந்து நடந்த அனுபவங்களையும் வெட்டியும் ஒட்டியும் வெத்தலைய மடிச்சுப் போட்டுக்கிட்டே சொல்லிக்கிட்டிருந்தார்.

"லே சுருளி, பந்தியெல்லாம் முடிஞ்சதா? இங்க வா!"

சுருளி தேக்சாவைக் கழுவி சமையலறையயில் கொடுத்துவிட்டு குடல் துண்ணைத் தலையிலிருந்து சுழற்றிக் கக்கத்தில் வைத்துக்கொண்டு வந்து நின்றான்.

"இந்த சேர்களையெல்லாம் அடுக்கி அந்தா அந்த ரூமுக்குள்ள வையி. இருந்த பயக ஒருத்தனக்கூட காணம். எல்லாம் போயிட்டாம் போலுக்கூ ம். நீ இல்லேன்னாலும் சங்கடந்தான். அடுக்கி வச்சிப்போட்டு, கீழே அடி குழாய் இருக்கு தெருக்குழாய், ஒரு நாலுவாளி போல அடிச்சி கொண்டுவந்து பந்தி உக்காந்த எடத்துல பரவலா ஊத்தி அந்த விளக்குமாறு எடுத்து ஒரு அடி அடிச்சிவிடு."

பொழுது கரகரவென்று மேற்கே மயங்கிக்கொண்டிருந்தது. சுருளியை 'சாப்பிட்டாயா' என்று கேக்க நாதியில்லை.

ஊரிலிருந்து கொண்டுவந்த ரெண்டு தார்ப்பாய்களை அவன் தலையில் ஏற்றி ஊடுபாதை வழியா நடக்கச் சொன்னார்.

"ஏண்டா, ஆடு ஓம் பொண்டாட்டி பத்தீட்டு போயிருக்காள்ல."

"இல்ல முதலாளி, பிள்ளைக்கி எளப்பு மாதிரி இருக்குன்னு தேவர்கிட்ட ஒடுகுட்ட போகணும்னா. போயிட்டு நமக்குத்தான் நெத்து பெறக்க போகணும்னா."

"பிள்ளைக்கி கொள்ள வந்துருச்சா. சரி சரி, போ. வாயில்லா ஜீவன பட்டினி போட்டு அந்தப் பாவத்த சொமக்காதே."

கல்வெட்டாங்கிடங்கில் இறங்கி மேலே ஏறும்போது அந்தி சாயுற நேரம். கண்கள் இருட்டி வந்தது. கண்ணுக்கு எட்ட மட்டும் இடுப்புயர நாற்றுகளின் மேலே வெள்ளி அலைகள் நொய்யென்று மிதந்ததுபோல தெரிஞ்சது.

கொஞ்ச தூரத்துல வடக்கப் பக்கமா தார்ரோட்டுல அனந்தம்மா சில்லான்போல இருந்த அவ பிள்ளையை கக்கத்துல இடுக்கிகிட்டு வேகுது பிடுங்குன்னு ஓடியாந்துக்கிட்டிருந்தா. இவன் ரொம்ப சத்தமாய் அவளைப் பாத்துக் கத்தினான். "ஒய்யப்ப தேவர் வீட்டுக்கு ஒடுகுட்ட போகலையா?"

இந்த அவயம் அவளுக்குக் கேட்டும் கேட்குமுன்னே அவளை விடவும் தூரத்திலிருந்த ஆடுகள் கேட்டு எஜமானனின் வருகையை அறிந்து 'டேட டேட' என்று ஒட்டுமொத்தமாய் கத்தத் தொடங்கின. அதில் அனந்தம்மாள் சொன்ன பதில் என்ன என்று சுருளிக்குக் கேட்கவில்லை. ஆடுகளின் கதறலில் அவன் மனசு கரைந்து கனக்கத் தொடங்கியது.

மாலை பூத்த வேளை

ஒரு தாயும் மகளும்போல வெள்ளத்தாயும் பச்சையும் நடந்துக்கிடறதில்லே. வாயத் திறந்தா சிலுத்துன பேச்சுத்தான் ரெண்டு பேருக்கும். எதுக்கெதுக்க வந்துட்டா சண்டைதான். மதினியும் நாத்தாளும் போலத்தான் கீரியும் பாம்புமா. 'இந்தா பாரு! ஒரு கொஞ்சவயசுப்பிள்ளை வீட்டுக் கதவால இப்படி பளாச்சுன்னு தெறந்து போட்டு, போறாளுக வாராளுக பாக்குற மாதிரி, குப்புறப்படுத்துக்கிட்டு உடம்புல சரஞ்சரமா வேர்க்கிறது கூட தெரியாம படுத்திருந்தா அத என்னான்னு கேக்கப்படாதா? அப்படி என்ன ராத்திரியெல்லம் முழிச்சி நெட்டி முறியுற வேலை?'

அவள் ஐயா பரமு இல்லாத நேரத்தான் பச்சைகிட்டே எதுவும் கூட்டி குறைச்சி பேசலாம். சண்டை போட்டு சரிமல்லுக்கு நிக்கெலாம். ஒத்த பொம்பளப்புள்ளை. அத ஒண்ணு சொல்ல சகிக்க மாட்டார் பரமு. "அந்தப்புள்ளை அங்ஙன என்ன உபத்ரவப்பட்டு இங்கு வந்திருக்காளோ அவள அனுசரிச்சி ஆதரிக்காம பொழுதனைக்கும் தொணதொணன்னு நச்சரிச்சா என்ன அர்த்தம்? இன்னொரு தடவை அந்தப் புள்ளைய எடுத்ததுக்கெல்லாம் கறுவ கண்டனோ....ம் கொன்னு மூலை சேத்துருவேன் பாத்துக்கோ"

பச்சை என்னமா பேசுவா பேச்சு. வயசுக்கு மீறுன அறிவு. வீட்டுலயே அவ பேச்சுத்தான் மேல்சொல்லாயிருக்கும். மாடுகன்னு வாங்கணுமா விக்கணுமா, இந்த வருசம் என்ன விதைக்கணும், எந்த நாள் அறுக்கணும், நல்லது பொல்லது செய்யுறது, எல்லாமே அவ பேச்சுப்படிதான். பொழுது போனதுதான் தாம்சம் வீட்டுக்கு முன்னாடி தெரு லைட்டுக்கு கீழே ஊர்ல பேர்பாதி ஜனங்க கூடிக்கிடக்கும். மானாவாரி வேலைகளுக்கு கூலிச்சனங்களை ஒவ்வொரு முதலாளிக புஞ்சைக்கும் அவதான் அனுப்பிச்சு வெப்பா. அவ சொல்படி அவளுக்கு புறத்தாழ போனாத்தான் கொத்துக் கூலிய கையோட வீட்டுக்கு வரும்போது வாங்கிட்டே வந்துரலாம். எந்த முதலாளிகிட்டயும் கூலி விஷயத்துல தாட்சன்யம் காட்டமாட்டா. காண்ட்ராக்டுனாலும் சரிய்யா பகிர்ந்து கொடுத்திருவா. அத்தக் கொத்துன்னாலும் பேசுன கூலியை கறாரா கேட்டு வாங்கிருவா.

இந்த வயசுலயே தன்னச் சேந்து வேலை செய்யுற ஆளுகளோட வம்பு தும்பு வழக்கு விவகாரம் கொடுக்கல் வாங்கல் எல்லாமே பேசித் தீத்துப்புடுவா. அங்கங்கே வீடுகள்ல வயசுப்பிள்ளைகளை பேசும்போது 'ஆமாமா! நீயி அந்த பச்சை காணாது பாரு அப்படென்னு சொல்ற அளவுக்கு உதாரணமாயிருந்தா. பிள்ளை பள்ளிக்கூடந்தான் போகலை. போயி நாலெழுத்துப் படிச்சிருந்தா சங்கதி வேற. இப்பையே பாரு பேச்சு சட்டம் படிச்சவ மாதிரி பேசுறதை.

அந்த பச்சைதானா இது? இப்படி வாழாக்குடியா வந்து பகலெல்லாம் படுத்து முடங்கிக் கிடக்கிறாளே. வெள்ளத்தாயிக்கு சண்டை சண்டைதான்னாலும் பச்சைக்கு தெரியாமல் கண்ணீர்விட்டு அழுகிறாள். ஏன் அப்படி சிடுசிடுன்னு பேசணும் அழுகணும். அப்படியாச்சும் புருசன் வீட்டுக்கு ரோசப்பட்டுப் போயிற மாட்டாளான்னுதான். பொம்பளப்புள்ளெ போன இடத்துல நல்லமுறையா இருந்து பிழைச்சாத்தான் எல்லோருக்கும் மதிப்பு. இப்படி வருசக்கணக்குல என்ன எவடம்னு தெரியாம சொல்லாம வந்து கிடந்தா ஊரு வாய எத்தன நாளைக்கி மூட முடியும்? எப்படியாவது அவளை புருசன் வீட்டுக்கு அனுப்பிவச்சி போயி இருந்து பிழைக்கட்டுமுன்னுதான் காளிருத்ரம் வேஷங்கட்டி நிக்கிறாள் வெள்ளத்தாயி. 'அப்ப என்ன வயசாயிடுச்சா', இன்னும் காலங்கெடக்கலையா, 'இப்படியே இருந்துற முடியுமா?' 'ஒன் மதிப்பென்ன மரியாதையென்ன? ஒன் தலைய பாத்ததும் வயசுப்பயக எவ்வளவு மரியாதையா பேசுவான்? இப்ப மதிப்பானா?' ஆனா பச்சை தீர்மானமா வந்திருந்தா. வருசக்கணக்கானாலும் இப்பொ வரைக்கும் வீட்டுலயோ தெருவிலயோ யார்கிட்டயும் வெள்ளை பேசுனது கிடையாது.

பச்சையை யாரும் பல்லுல நாக்கு போட்டு பேசிற முடியாதுன்னு இப்பவும் பேரு இருக்கத்தான் செய்யுது. ஆனா வெள்ளத்தாய்க்கு என்னமோ இப்பைக்கிப்பொ கத்திமேல நடக்கிற மாதிரி அடஞ்சதிலிருந்து விடியுற வரைக்கும் மனசு திகுதிகுன்னு அடிச்சிக்கிட்டிருக்குது. இப்பொ ஒரு ரெண்டு மாசமா வெள்ளத்தாயி பச்சைகூட சண்டையான சண்டை போடுறதுக்கு காரணமிருக்கு. முன்னம் மாதிரியில்லே, சாமம் போல திடீர்னு பச்சை காணாம போயிற்றா. காலையில கோழி கூட்டுட பாத்தா விரிப்புல படுத்துக்கிடக்கா, இந்த மனுசன்கிட்ட இதெ சொன்னம்மா எம்புள்ளைய எப்படி நீயி களவு சொல்லப் போச்சின்னு கைநீட்டுவாரு. அவகிட்டயும் நேரடியா கேட்கிற

திராணி இவளுக்கு இல்ல. எதுக்கு? எப்படியும் இவளை கொண்டுபோய் புகுந்த வீட்டுல சேத்துரணும். அதுபோதும்.

அதுக்காக ஏகப்பட்ட நேத்திக்கடன் போட்டிருக்கா, ஒவ்வொரு நாளும் மகளைப் பாக்கும் போதெல்லாம் அவ மனசுல ஒரு பயம் வந்து கூடும். அதை தொயந்து ஒரு தெய்வத்தோட ஞாபகமும் வரும் நேமுகத்துக்கு.

நாலு நாளைக்கு முன்னாடி பாத்ததைவிட இன்னக்கி பாக்குறதுக்கு பச்சையோட முகம் குளிச்சியா பளபளன்னு ஈனாத குருத்து வாழைபோல பசந்து தெரியும். கனகன்னு கங்கு வச்சி இவ வயித்துல கட்ட மாதிரி இருக்கும். அடுத்த ரெண்டு நாளையில புள்ளெ ஏதுமில்லாம மெலிஞ்சிகிறங்கிப் போனமாதிரி தெரியுவா... ஐயோ, எம்மக கவலையில எதுவும் பண்ணிக்கிடுவாளோன்னு பதறுவா. நாம எதுவும் ஒண்ணச் சொல்ல, அதுதான் காரணமாயிருமோன்னு பேச்சை சுருக்கிருவா. ரெண்டுநாள்தான். அதுக்கு அடுத்த நாளையிலெ பச்சைக்கு உடம்பு பிடிச்சி மெழு மெழுன்னு பூசுனாப்புல தெரியும். வெள்ளத்தாயிக்கு பதட்டமான பதட்டமாயிருக்கும். சண்டை பிடிக்கணும், உடனே வைது திட்டி தீக்கணும், இல்லேன்னா ஒரு பயமில்லாம போகுமே. அட, ஒரு ஏத்தடி இறக்கடியே ஆகிப்போச்சு? அப்படி போகிறவளா பச்சை? ஊர்ல பூராம் ராசாத்தின்னு பேரு வாங்கிட்டு, இப்புடி சில்லறை புத்தியிலெ மனச அலைய விடுறவளா? மாட்டா... மாட்டா... நம்ம புள்ளெ அப்படி இல்லெ. வாஸ்தவம்தான்! நமக்குத் தெரியுது. ஊருக்கு?

கல்யாணத்துக்கு முந்தி சேக்காளிக கேலி கிண்டலாகக்கூட அப்படி பேச்சு பேசமுடியாது. மொறமக்கார வீட்டுப் பிள்ளைகூட வேலைத் தளத்திலேயோ தண்ணியெடுக்கப்போன இடத்திலேயோ கெட்ட வார்த்தையா இம்மி பேசுனாலும் 'பட்டுன்னு' பேச்சை சுருக்கிருவா. ஜென்மத்துக்கும் அவுகளோட பேச்சு வச்சுக்க மாட்டா. ஆனா இப்பொ அப்படியில்லையே - ஆம்பளைன்னா என்னான்னு ருசி கண்டிருக்காளே; பிடிச்சதோ பிடிக்காமலோ கேட்டோ கேக்காமலோ இஷ்டமாகவோ இஷ்டமில்லாமலோ கடிகண்டு எச்சி ஊறியிருக்காளே. எங்கயோ கடை கோடியில கண்காணாம இருக்கிற இந்த நெனப்பு திடீர்னு விசுவரூபம் எடுக்குமே! சாமம் ஏமம்னு அறியாதே! சொந்தஞ் சுருத்துன்னு காங்காதே!

சரியொத்தான் கணக்குப் போட்டாள் வெள்ளை. வருசம் அஞ் சரை ஆறு வரையிலும் பச்சை உம்முன்னு அடஞ்சி போயித்தான்

இருந்தாள். இப்பொ ரெண்டு மாசமா சாமத்துல எங்கே போறா? எந்த நெனப்பு அவளத் தூங்க விடாம உசுப்பி விடுது?

கல்யாணமே வேண்டாமுன்னுதானே சொன்னா. இது எல்லா கொமுருகளும் சொல்றதுதானென்னு வெள்ளத்தாய் மேம்போக்கா நெனச்சி முடிவு பண்ணீட்டா. அது என்னமோ அவளுக்கு மொல்லேயே ஆம்பள சகவாசம்னா எரிச்சல். இதை பாத்துதான் அந்த மனுசன் இப்டையே அந்த பிள்ளைக்கு என்ன விவரம் தெரியும், இன்னும் நாலஞ்சு வருசம் போகட்டுமுன்னார். ஆனா வெள்ளதான் ஒரேயடியா மருமகன் அயோத்தி நல்ல பையன். அவன் மூக்கும் முழியும் பச்சைக்கு ஜோடி பொருத்தமாக அமைஞ்சிருக்குன்னு பிடிசாதனை பண்ணா. பச்சையோ எனக்கு மாப்பிள்ளை பிடிக்கலைன்னா பிடிக்கலைங்கிறா. பொலபொலன்னு கண்ணீர்விட்டு அடம்பிடிக்கா.

இதுதான் சாக்குன்னு அக்கம்பக்கத்துலே வயசுப் பொண்ணுகளை வருசக்கணக்குல வீட்டுலேயே வச்சிருக்கிறவங்கள்லாம் மாப்பிள்ளையெ தேடி வந்துவிட்டாங்க. 'சரி, அப்ப நம்ம வீட்டுலெ ஒரு பொண்ணு இருக்கு அத வேணுன்னா ஒரு பார்வை வந்து பாருங்க. 'ஒருத்தர் மாத்தி ஒருத்தர் சுத்தி சுத்தி வந்தாங்க. ஐயோ மாப்பிள்ளை எங்க நம்ம வீட்டை விட்டு போயிருவாரோன்னு வெள்ளைக்கு பயம். மொதொ தடவையா பச்சையோட பேச்சைமீறி வீட்டுல நடந்த காரியம் அவளோட கல்யாணந்தான்.

மாசக்கணக்கு ரெண்டரை மாசமோ மூணு மாசமோதான் இருந்திருப்பா. பிறந்த வீட்டுக்கே வந்துட்டா. பரமுக்கு திட்டங்கெட்ட கோடம். 'அங்கங்கெ வீடுகள்லே சடங்காகி பத்து வருசஞ்செண்டும் கரையேத்தாமா கிடக்குக. இந்த சிறுக்கி கருவேப்பில்லைக் கொத்து கணக்கா ஒத்தப்புள்ளெயெ... கொள்ளே போகுதுன்னு சடங்கான ஆறு மாத்தயிலெ ஒண்ணுமறியா பதிமூணு பதினாலு வயசுலெல்லாம் கட்டிக் கொடுத்து- இப்பொ அந்தப் புள்ளெய பாக்குற நேரமெல்லாம் கண்ணுல காண்கவிடாம பேசவும் ஏசவுமாயிருக்கா'ன்னு பல்ல நறநறன்னு கடிக்கிறதோட ஆத்தாமையா ஆவேசப்பட்டு வெள்ளைய கைநீட்டுறதும் உண்டு.

அந்தப் பையனையும் சொல்லிக் குத்தமில்லெ. பச்சை இங்க வந்த நேரத்துல ஆறுமாச காலமா விவசாய வேலையெ போட்டுட்டு அலையோ அலைன்னு அலைஞ்சி திரிஞ்சு ஊருக்கு கூப்பிட்டு பாத்தும் ஒண்ணும் ஆகலை. 'ஏன் இருக்க மாட்டேங்கிறே?' பதில் இல்லை, என்ன காரணமுன்னு இன்னக்கி வரைக்கும் சொல்லலை.

அந்தப் பையன் சொல்லுது, "எம்மேலே எதுவும் தப்புத் தண்டா இருக்கா.. சொல்லச் சொல்லுங்க. நானா சுயமா எடுக்காத எடுப்பு எடுத்து வீட்டுல பிரச்னை எதுவும் பண்ணியிருக்கேனா? அவ வாய்விட்டுச் சொன்னா நீங்க சொல்றதை கேட்டுக்கிடுதேன். எனக்கு ஆயிரம் வசதி இருக்கு. இருந்தாலும் ஒங்க பொண்ணுக்கு ஏன் சும்மல் மூக்குத்தி கூட நான் போட்டுக் கூட்டிட்டுப் போனேன். உங்க வீடு மாதிரிதான் அங்கயும் அவ பேச்சுக்கு மறுசொல் சொல்ல ஆளில்லை. ஆயிரம் வழக்கு பேசியிரக்காங்கிறீக ஒங்க ஊர்ல! எனக்கென்ன சொல்லப் போறா. இல்லே என் வசதிக்கு தகுந்த மாதிரி அது இதுன்னு கேட்டு இம்சு பண்ணுணனா?"

யாராலயும் மருமகனுக்கு பதில் சொல்ல முடியலே. அவளா எப்ப வேணும்ன்னாலும் வரட்டும், சேத்துக்கிடுதேன். இந்த ஊருக்கு இன்னமே நா வரமாட்டேன். நீங்களும் நாளப்பின்னே வழக்கு விவகாரம்னு வரப்படாது." நாலு பெரியாளுகளை கூப்பிட்டு வச்சு கறாலா பேசிட்டுப் போயிட்டான் அயோத்தி.

இப்பொ ஒரு அஞ்சாறு வருசமா மருமகன் ஊர்லருந்து எந்தத் தாக்கலும் வரலை. என்ன ஊரு கிட்டயா இருக்கு? ஈசான மூலையிலெ ஒரு ராத்திரி பூராம் ரயில்ல போகணும். கல்யாணம் முடிஞ்ச வேளையிலயும் அதுக்கு அடுத்த மாசமும்தான் அந்த ஊர் பெரிய பொங்கலுக்கு பரமுவும் வெள்ளத்தாயும் போனது. இப்பொ நெனச்சா அதெல்லாம் ஒரு கனாக்கணக்கா தெரியும். இரண்டு பேருக்கும், செம்மறியாடுக மேய்ச்சும், காட்டு வேலைக்கு போயும் அன்னாடப் பாடு நடந்துக்கிட்டிருக்கும் போது அந்த தொலைவுட்டு ஊரை எங்க நெனச்சுப் பாக்க?

பச்சைக்கு கல்யாணம் முடிஞ்சு புருசன் வீட்டுக்கு போனாள். அங்க இவுக புருசன் பெண்ஜாதி பேர் தவிர அடிங்கிற ராசாவும் இல்லெ புடிங்கிற மந்திரியுமில்லே. அயோத்திக்கு வெவரம் தெரிஞ்ச நாள்லருந்து அக்காத்தியாத்தான் வளந்திருக்கான். வீட்டுல நாலா யோசனைக்கும் ஒரு பெரியாளு இல்லாதது பெரிய குறை. அதுவே பச்சைக்கு என்னமோ கண்ணக்கட்டி அத்துவானக் காட்டில் விட்டமாதிரிதான் இருந்தது. ஒருத்தர் கூட பழகுன மூஞ்சி கிடையாது. தாம்தூரம்னு இவள் சட்டாம்பிள்ளைத்தனம் பண்ணுன அந்த ஊர் மாதிரி இல்லே. என்னதான் காரைவீடும் குடிதண்ணி பைப் போட்ட எல்லா வசதியுமிருந்தாலும் அன்யோன்யமான ஆளுக இல்லாததும் அவ்வளவு பெரிய வீட்டுலெ ஒத்தையில இருக்கிறதும் பச்சைக்கு வெறுக்வெறுக்கினு இருந்தது.

இந்தமாதிரி பயமெல்லாம் பொண்ணுக்கு இருக்கக் கூடாதுன்னுதான் பொண்ணு வீட்டிலே அந்தக் காலத்திலிருந்து மூணுமாசம் விருந்து வைக்கிறது வாடிக்கையாயிருக்கு. மாப்பிள்ளை அயோத்திக்கு அது தோதுப்படலை. பெருத்த விவசாயம். ஒத்தப்பரி ஆள். அரக்கப்பரக்க திரியணும். அதனால விருந்து கொண்டாட்டமெல்லாம் வேண்டாம்னுட்டான். சொந்த ஊர்ல, பிறந்த வீட்டுல விருந்து, சிரிப்பு பேச்சுன்னு, ஆதரவா நிதானமா வாக்கப்பட்டவன்கூட பழகுற வாய்ப்பும் பச்சைக்கி கிடைக்காம போச்சி. இருந்தாலும் அயோத்தி ரொம்ப இங்கிதம் தெரிஞ்ச சவன். என்ன இருந்தாலும் பச்சையை விட பத்துப் பதினஞ்சு வயசு மூப்பில்லையா? தினசரியும் சினிமாவுக்கு கூட்டிட்டுப் போவான். சொந்தக்காரர் வீடுகளுக்கு பூராம் கூட்டிட்டுப் போய் காட்டுனான். பக்கத்து வீடுகள்ள எல்லார்கிட்டயும் அக்கா மதின்னு பழக்கம் பண்ண கூடவே வீடுவீடா ஜோடியா போயி வந்தான். இப்பொ பச்சையும் தெருவுல முக்கால்வாசி பேர்கிட்டே ரொம்ப சகஜமாயிப் போனாள். பிறந்த வீட்டு ஞாபகமெல்லாம் முன்னாடி மாதிரி இல்லாம புகுந்த வீட்டுல, புருசனுக்கு ஒத்தாசையா இருந்தா. நாலு வீடு தள்ளியிருக்கிற காளீஸ்வரி 'பாவம் சின்னப்பொண்ணு'ன்னு இவளுக்கு எல்லா உதவியும் செய்யுற தோஸ்தாயிட்டா. இவளைவிட நாலு அஞ்சு வயசு கூட இருக்கும். ஆம்பள துணை இல்லாததினாலே எந்நேரமும் பச்சைக்கு கூடமாட இருந்து ரொம்ப சிநேகிதியாயிப் போனா.

கோயிலுக்கும் சினிமாவுக்கும் கடை கண்ணிக்குப் போகவும் அவுங்க ரெண்டுபேரு கூடவே பை தூக்கிட்டு காளீஸ்வரியும் போகவர இருந்தாள். பச்சைக்கு ரொம்ப சுளுவாயிருந்தது. தெக்காட்டுலயிருந்து இவ்வள தூரம் வாக்கப்பட்டு வந்த பொண்ணுக்கு ஆத்தா அப்பன் சொந்தஞ் சுருத்துன்னு நெனச்ச மனசு எப்படி கஷ்டப்படும்னு அவளுக்குத் தான் தெரியும்.

ஒரு நா காலையில அயோத்தி தோட்டத்துக்குப் போன நேரம் காளீஸ்வரிய அவசரமா வரச் சொல்லியிருந்தாள் பச்சை, அவளும் வந்தாள். என்னத்தையோ பறிகொடுத்த மாதிரி, நீச்சு தெரியாதவள் தண்ணிக்குள்ள விழுந்து 'தத்தக்கா புத்தக்கா'ன்னு காலகையெ ஒதச்சி மேழுச்சு கீழுச்சு முட்ட தண்ணிய குடிச்சு கேஸ்டூஸுன்னு எளைச்சி கரைசேந்து தண்ணியெ பாக்கவே பயந்து உயிரை இறுக்க பிடிச்ச மாதிரி தட்டழிஞ்ச நெலமையிலே பச்சை பரிதாபமா இருந்தா. ரெண்டு புஜத்தெயும் பிடிச்சிக் குலுக்குன

காளீஸ்வரி விசயத்தக் கேட்டதும் மெல்லமா சிரிச்சா. அவ மூஞ்சி அரளிப்பூவா செவந்து குலுங்குனது. பச்சையும் சிரிக்கணும்னு நெனச்சா. சிரிப்பு வரலை. மூஞ்சியிலே சிரிப்பாணிய அழுக்குன கடுமையான அரட்டிதான் முன்னுக்கு நின்னது.

"இதுக்கு நா என்ன செய்ய முடியும், இதெல்லாம் மெனக்கிட்டு எங்கிட்டெ சொல்லிக்கிட்டு"ன்னு சொன்ன காளீஸ்வரி திரும்பவும் சமாச்சாரத்தை கேக்க தாகமா நின்னாள். வேதனையான அனுபவத்தை பச்சை, சஞ்சலமா சொல்லச் சொல்ல நெஞ்சுப் படபடப்புல காளீஸ்வரிக்கு ஒரு மயக்கமான பயம் வந்து வந்து போனது. நெஞ்சுப்பயம் கூடக்கூட ஏதோ ஒரு ஆர்வம் கூடிக்கிட்டே போனது. அதிலே ஒரு சுகமான குறுகுறுப்பு கால் கையெல்லாம் ஊறுன மாதிரி. உச்சந்தலையிலிருந்து உள்ளங்கால்வரைக்கும் வென்னீ ஊற்று புறப்பட்ட மாதிரியான அனுபவம். பச்சை விக்கலும் விரசலுமாய் சொல்ற அந்த கொஞ்ச நேரம் சம்பவம் பத்தினது காளீஸ்வரிய அங்ஙனமே மத்தியானம்வரை கட்டிப்போட்டது.

அவளோட துணை பச்சைக்கு பூரண நிம்மதியா இருந்தது. எந்த நிமிசமும் ஏதோ ஒரு மிருகம் மேல பாய்ஞ்சி கடிச்சு குதறப்போற பயத்துலதான் அங்கிட்டும் இங்கிட்டுமாய் வீட்டுக்குள்ளே நடந்துக்கிட்டிருந்தாள். காளீஸ்வரி அவளைப் பாத்துக்கிட்டே மெத்தையிலெ குப்புறப் படுத்துக்கிடந்தாள். கல்யாணத்துக்காக வீடு விட்டத்துல அடிச்ச பெயிண்ட் வாசம், பச்சை தலையில வச்சிருந்த மல்லிகைப்பூ மெத்தையிலெ கசங்குன ஒருவித வாடை, படுக்கைக்கு மேலே ஸ்டாண்டுல இருக்கிற வாசனைப்பவுடர் இத்தனையும் சேர்ந்த அந்த மச்சு வீட்டின் நிறைய இருந்த வாசத்தில் ஏதோ கிறக்க நிலையிலும் பச்சைக்கு ஆறுதல் வார்த்தை சொல்லணுமேங்கிறதுக்காக இப்படி சொன்னாள். "அவர்தான் இங்கே இப்பொ இல்லையில்லே, பின்ன ஏன் பயப்படுறே" சொல்லீட்டு வாய் திறக்காம சிரிச்சாள். "அவரு சாப்பிட வர்ற நேரமாச்சு" ஒருவித நடுக்கத்தோட சொன்னாள் பச்சை.

நேரமாக ஆக இரண்டு பேருக்குமே பயமும் படபடப்பும் கூடிக்கிட்டே வந்தது. வியர்த்து தண்ணியா ஊத்துனது. "சரி பச்சை, ஒன் வீட்டுக்காரர் வர்ற நேரமாச்சு நா போறேன் தாயி" மெத்தையவிட்டு என்னமோ போல எழுந்து நின்னாள். வீட்டுக்கு கிளம்புறதுக்கான போக்க காட்டுனாலும், அயோத்தியின் ஆவலான பாய்ச்சல பச்சை சொல்ல, இன்னொரு தடவ கேட்கலாம்

போல இருந்தது. கட்டை அவுத்துக்கிட்டு மூஸ்ஸ்மூஸ்ஸ்ன்னு வர்ற பொலிகாளை மாதிரி பாய்ஞ்சு மூக்கு வெடைக்க ரவ்வாளி போட்டு வர்ற நேரம், கட்டுலெ தேமேன்னு பலிகடா மாதிரி நிறுத்தி வச்சிருக்கிற பச்சையை மறைச்சு அந்த ஆவேசதை தான் ஏத்துக்கணும்போல திமிரியாய் உடம்பு கனத்து நின்னது. "யக்கா இங்கயே இருங்கக்கா பயம்மாயிருக்கு" பச்சை வழி மறித்துக்கொண்டு கெஞ்சுனாள்ங்கிறதுக்காக மனம்போன போக்குலே நின்னு சாதிக்க முடியுமா? "அதுசரி! இதுக்குத்தான் ஓம் புருசன் ஆயிரமாயிரமா செலவழிச்சு ஒன்னய கொண்டு வந்தானா? அப்படித்தான் இருக்கும். போகப்போக சரியாப்போகும். எப்படியிருந்தாலும் பொம்பளைன்னா சமாளிச்சுத்தான் ஆகணும். இதுக்கெல்லாம் எப்படி அடுத்தாளு உதவ முடியும்" சொல்லிக்கொண்டே படியையவிட்டு இறங்கி வீட்டுக்குப் போயே போயிட்டாள்.

வீட்டுக்கு வந்த காளீஸ்வரிக்கு மதியம் சாப்பாடு இறங்கலை. மனசு பல மாதிரி சுத்தி யோசிச்சு பச்சையோட படுக்கையில மல்லாக்க விழுந்து தவிக்குது. நெஞ்சுல ஏதோ வச்சி கிட்டிச்ச மாதிரி கனம். மேலேயும் கீழேயும் நிலையில்லாம குதியாளம் போட்டு என்னென்னமோ நெனச்சி இப்படி கிறுக்குப் பிடிச்ச மாதிரியான நெலமை எப்பவும் வந்ததில்லை. அவளோட இருப்பு அவளுக்கே ரொம்ப வினோதமாயிருந்தது. தூரத்துல நின்னு அவளை அவளா பாத்து உதட்டைக் கடிச்சு மேம்போக்காவில வர்ற சிரிப்பு. பச்சையோட ரோதனையான பேச்சு தன்னோட நெஞ்சுக்குழி, சோகத்துக்குப் பதிலா ஒரு குறுகுறுப்பை கொஞ்ச நேரத்துலெ ஏற்படுத்திருச்சே! அந்த பெயிண்ட வாசம், மல்லிகைப்பூ கசங்குன வாடை, அந்தப் பவுடர் மணம்!

இவ சமஞ்ச நாள்லருந்து கல்யாண காலத்தையும் தாண்டி இவ்வள நாளாயிருச்சு. ஜோடியா தெருவழியா ஒரு புருசம் பெண்ஜாதி நடந்து போனா எப்பவும் மனம் விகற்பமா நெனக்கத் தோணுனதேயல்ல. இப்பொ என்ன மந்திரமோ இந்த மதியத்துக்கு மேல யாரைப் பார்த்தாலும் அந்த சுகத்துக்கே எல்லாரும் வீட்டுக்கு வேகுது பிடுங்குதுன்னு ஓடுற மாதிரி நெனச்சு மாயிரா. எதுத்த வீட்டுல இருக்கிற ராக்கு மாமாவுக்கு பதினொரு பிள்ளைக. வீட்டைப் பாக்கும் போதெல்லாம் அவுங்கமேல ஒரு பரிதாபம்தான் வரும். இப்பொ அந்த மாமாவும் அத்தையும் வேற பாடுசொலி பெருகுல்லேன்னு வீட்டுலை இதே வேலயா இருந்திருப்பாங்களோ.... யய்யா.... சீசீ எப்படியெல்லாம் நெனப்பு தோணுது? குப்புறப்படுத்து கால்கள் ரெண்டையும் தரையில்

மாறிமாறித் தட்டிக்கிட்டும் படுத்திருந்த பாயின் ஈக்கிகளை ஒண்ணொன்னா உருவி பல்லுல வச்சி உரிச்சி த்ப்பு த்ப்புன்னு துப்பிக்கிட்டிருக்கா.

சாமம் போல ரொம்ப நேரம் தூக்கமில்லாம அப்பொதான் கண்ணெ மூடுனாள். அரை தூக்கத்தை கெடுக்கிற மாதிரி கதவை தட்டுற சத்தம். அம்மா போய் திறக்க, பச்சைதான் வந்திருந்தாள். கண்டிப்பா எதிர்பார்த்து காத்திருந்துதான் கண்ணசந்தா. "என்ன இந்நேரம்?" காளீஸ்வரி கேள்விக்கு பச்சை பதில் சொல்லலை. பக்கத்துல வந்து அவளோட பாயில சேர்ந்து படுத்துக்கிட்டா. "ஏந்தாயி! இந்நேரம் இங்க வந்து படுத்தா என்ன அர்த்தம்? வீட்டுலை அந்தப் பையன் இல்லே?" ஆத்தா கேட்டதுக்கும் பதிலில்லாமே காளீஸ்வரி காதோடு கிசுகிசுத்தா, "நா ராத்திரி பூராம் இங்கயேதான் இருப்பேன்." கைகள் படபடன்னு நடுங்கிக்கிட்டிருந்தது. "இந்தா அதெல்லாம் பாவமில்லையா. வீட்டுக்குப் போ பச்சை!" மெல்லமா கடிந்தாள். "சும்மா கெடக்கா! யம்ம்மா... ம்ஹூம் நா மாட்டேன். கொன்னாலும் இப்பொ போக மாட்டேன்" பயத்தால் அனலா மூச்சுவிட்டு கண்ண மூடுனாள். தூக்கம் வரலை. காளீஸ்வரிக்கும்தான்.

'சின்னக் கழுதைதானே கொஞ்சனா செண்டா சரியாவரும்'. 'விவரந் தெரியாதுல்லே. கொஞ்சம் விட்டுப் பிடிச்சா வசத்துக்கு வரும்'. 'என்னக்கியிருந்தாலும் அது உனக்குத்தானே. வீட்டுக்குள்ளயிருக்கிறது ஓடியா போகும். கொஞ்சம் அனுசரிச்சிப் போ'. 'சரி சரி கொஞ்சம் முன்னப்பின்ன ஆகட்டும். ஓம் முரட்டுத்தனத்தை காட்டி ரொம்பவும் பிள்ள அரண்டு போகாமே'. இப்படியாப்பட்ட யோசனைகளா பெரிசுக கிட்டே கேட்டுக் கேட்டு அயோத்திக்கு சப்புன்னு போச்சு. முழுசா பிரச்னையில்லாமெ ஒரு பொழுதெ கழிச்சோமுன்ன இல்லே. இப்ப எடுத்ததுக்கெல்லாம் பச்சையை சினந்து பேசுனான். குத்தம் சொல்ல ஆரம்பிச்சான். துப்புரவா பேச்சை சுருக்கிட்டான். சாப்பாடு விஷயத்துல ஆர்வமில்லாம நடந்துக்கிட்டான்.

அவனை சந்தோசமாவே வச்சிக்கிட என்னென்னமோ செய்து பார்த்தாள். முன்ன முன்னப்போயி விழுந்து உபசாரஞ்செஞ்சா ம்ஹூம்.... அவன் சந்தோசமுங்கிறது அவளோட ரோதனையிலதான் இருக்குங்கிறான்! இவளுக்கு தர்மசங்கடத்துனலயும் அவனுக்கு பெரிய ஏமாத்தத்துலயும் நாள்கள் ரொம்ப லாத்தலாவும் எரிச்சலாவும் நாளொான்னு வருசங்கழிச்ச மாதிரி பதறாம நகண்டது.

கொஞ்சநாள்ல ஊர்ப்பொங்கல் வந்தது. இதுதான் தாய்க்கிராமம் ஆனபடியாலே ஊரு பூராம் ரொம்ப விமரிசையா இருந்தது. சுத்து வட்டாரத்திலிருக்கிற எட்டூர் வட்டமும் இங்க வந்துதான் பொங்கல் வைக்கணும். பதினெட்டாம்படி கருப்பசாமி கோயில்னா பன்னிரெண்டு வருசத்துக்கொரு தடவை வைக்கிறது. ஏழை எம்பதுகள் கூட சொந்த பந்தம் அவ்வள பேரையும் வரவழைச்சி அடைக்க ஜவுளியுடுத்தி பண்டம் பலகாரம் ஆட்டம் பாட்டுன்னு ஒம்பது நாளும் திருவிழாத்தான். எங்க பாத்தாலும் வீட்டு வீட்டுக்கு புதுசா கல்யாணம் முடிச்ச புருசம் பெண்ஜாதி இல்லாத வீடில்லே. காலையிலயும் சாயுங்காலமும் ஆணும் பெண்ணும் குளிக்க சிங்காரிக்க பூ வைக்க பொட்டு வைக்க, புதுசு புதுசா டிசைன் டிசைனா துணிமணி உடுத்த... ஒரே சிரிப்பும் சந்தோசமும்தான்.

ஊர்லருந்து வெள்ளையும் பரமுவும் வந்திருந்தாங்க. வீட்டுல மாமியா நாத்துனா பிடுங்கல் இல்லாம மகள் நல்ல பிழைப்பு பிழைக்கிறதுலே ரொம்ப சந்தோசம் அவங்களுக்கு. பெத்தவங்களைப் பாக்க பச்சைக்கும் ஒரு பெருமூச்சும் ஒரு ஆதரவுமா இருந்தது. கண் கலங்குனாள். அம்மையையும் அப்பனையும் மாறி மாறி சேந்து பிடிச்சு ரொம்ப நேரம் பேச்சு வராம நின்னு புலம்பனாள். "அட கோட்டிக்கழுதெ. அய்யா எங்கே போயிட்டேன்? மொத்த நா ஒரு காயிதம் போட்டா மறுநாள் கருக்கல்ல வந்து நிக்கமாட்டானா" ஆறுதலாக ஆத்தாமையிலிருக்கிற மகளுக்குத் திடம் சொன்னார் பரமு.

ரேடியோ சத்தம். திரும்புன பக்கமெல்லாம் சீரியல் பல்பு. ஊருக்குப் புதுசுன்னாலும் உற்சாகமான ஆண் பெண் ஜோடிக. மிதக்கிற காத்து பூராம் பூ வாசந்தான். ஊரே கமகமத்து மணக்குது. ரொம்ப நாளக்கிப்பிறகு மகளுக்கு எண்ணெய் தேச்சி முழுக்காட்டி சாம்பிராணி காட்டி தலையை மடியில கவுத்தி சிக்கெடுத்து விட்டு தன் கையால தலை பின்னிவிட்டு பூ வச்சாள் வெள்ளத்தாயி. வீட்டு வேலையையும் தானா இழுத்துப்போட்டு செஞ்சாள். மகள் ஒரு துரும்பு எடுத்துப் போட சகிக்கலை. காளீஸ்வரி பொழுதனைக்கும் சிங்காரிச்ச பண்டமாய்த் திரிஞ்சா. நேரத்துக்கொரு சேலைய கட்டி தலைநிறைய பூவும் கண்ணுமையுமா தன் சேக்காளி பச்சைய சும்மாவந்து வந்து பாத்துட்டு ஓடுனா. மேச்மேச்சா ஸ்டிக்கர் பொட்டும் சடை மாட்டியும் ரிப்பன்களும் பின்னல்ல வைக்க, பிறகு உலைக்க, ஒரே ஆனந்தந்தான்.

ரெண்டு பேரும் எங்க போனாலும் ஜோடி போட்டே போனாங்க. இன்னைக்கும் மந்தையில திருவிழா வேடிக்கை பாக்க ரெண்டுபேரும் போக முடிவு பண்ணுனாங்க. ராத்திரி வேலையெல்லாம் முடிச்சிட்டு பரமுவும் வெள்ளையும் ரொம்ப வெள்ளென சாப்டுட்டு மந்தைக்கி நாடகம் பாக்கக் கிளம்பிப் போயிட்டாங்க. பச்சையும் தடுபுடலா புறப்பட்டு அச்சு அசல் தேவதாம்சமா வீட்டுக்குள்ளே பறந்தோடிக்கிட்டிருந்தா. வீட்டுக்கு வெளியே என்னமோ ரேசன் கடையில காத்துக்கிடந்த மாதிரி அயோத்தி பராக்க பராக்க உட்கார்ந்திருந்தான். தெருவுல நடக்கிற சிரிப்பு கும்மாளமெல்லாம் பாத்துக் தான் ஒரு விருதா பேப்பயல்ன்னு நினைச்சுக்கிட்டான். பச்சைய கண்டும் காணாம நடந்துக்கிட்டான். நம்ம வங்கத்துக்கு வருவான்னு நெனச்சி பேசாமயிருந்ததை ஊர்லருந்து மாமாவும் அத்தையும் வந்து கெடுத்திட்டாகளேன்னு நினைச்சான். ராத்திரி மணி பத்துக்கு மேல ஆகிப்போச்சு. காளீஸ்வரி பச்சைக்காக காத்துக் காத்துக் கிடந்து கண்ணு பூத்துப் போனா. உள்ளே போய் கண்ணாடிய பாக்க, வெளியே வந்து வாசலில் இருந்து எட்டிப் பாக்க, பிறகு சேலைய சரி பண்ணிக்கிட்டே உள்ளே போகன்னு பரபரப்பா இருந்தாள். கழுத்தை முன்னால சாச்சி கண்ண இறக்கி ரெண்டு நெஞ்சையும் பாத்து சேலைய இழுத்து சரி பண்ணிக்கிடுவா. மந்தையில கூட்டமா இருக்கிற பக்கம் போகும்பொழுதெல்லாம் இளவட்டங்க கசமுசான்னு 'ஏ...ஏ... இங்க பார்றா ஏ... காளீஸ்வரிய பாருங்கடா'ன்னு கிசுகிசுக்கும்போது இவளுக்கு கிர்வானம் சுத்துற மாதிரியிருக்கும். எப்பையுமில்லாம பொழுதனைக்கும் அவ கால்கள் கூட்டமா கொட்டமடிக்கிற பையங்க இருக்கிற பக்கமாவே போக அதுலே ரொம்ப ஸ்வராஸ்யமாகிப் போனாள்.

பச்சை புறப்பட்டு வர்றதுக்கு முன்னாடி இதுக்குள்ள அஞ் சாறு தடவை மந்தைக்கும் வீட்டுக்குமா திரிஞ்சா. மகள் இப்படி துருதுருன்னு சந்தோசமா அலையுறது அயோத்தி பெண்டாட்டி பச்சை வந்ததுக்குப் பிறகுதான், அந்தப் புண்ணியவாட்டியோட சகவாசத்துக்கு பின்னாலதான் அவ முகமே ஒரு செழிம்பு கொடுத்திருக்கின்னு காளீஸ்வரியோட ஆத்தாளுக்கு பச்சை மேல நல்ல அபிப்பிராயம்.

திருவிழா வேடிக்கை பாக்க கிளம்பி வராமல், கொஞ்சமும் எதிர்பார்க்காத உருக்குலைஞ்ச தோரணையில் வந்த பச்சைய "ஏ பிள்ளே, இதென்ன கோலம் மந்தைக்கு நீ எப்ப புறப்பட்டு வர?"

பச்சை ரொம்ப சடவா தலையை உலுக்கி வரலைங்கிற மாதிரி காட்டி நிலையிலே சாஞ்சி அப்படியே சரிஞ்சி உட்கார்ந்திருந்தாள். "ஏன் உடம்புக்கு முடியலையா?" பச்சையின் நாடியைப் பிடித்து குலுக்கினாள். வாயிலிருந்து பதில் ஒண்ணும் வராமல் போக, "அப்பொ நானும் போகலைன்னு அவளோட கையைப் பிடிச்ச மட்டுல பக்கத்துல உக்காந்துக்கிட்டாள். கொஞ்சம் தன்னை ஆசுவாசப்படுத்திக்கிட்டு பேச ஆரம்பிச்ச பச்சை, காளீஸ்வரியின் புஜங்கள் ரெண்டையும் பிடிச்சு, "யக்கா! எனக்கொரு உதவி செய்வியா?ன்னு தழுதழுத்து கேட்டாள். கேட்டவளின் கன்னத்தை ரெண்டு கையாலும் பொத்திப் பிடிச்சி, "உதவியா? நானா? அப்படியொன்னு ஒனக்கு செய்யாம யாருக்கு செய்யப்போறேன்." "சத்தியமா?" காளீஸ்வரியின் கைகளை எடுத்துத் தன் கைகளுக்குள் பொத்திக்கொண்டு கேட்டாள். "எனக்கிருக்கிற ஒரு ஆத்தா சத்தியமா?" "நாங் கேட்டபிறகு மறுத்தும் பேசக்கூடாது" ரொம்ப அழுத்தமா மாறி மாறி கேட்டுக்கிட்டாள். ரொம்பத் தயங்கித் தயங்கி எச்சிய க்ளுக் க்ளுக்குன்னு முழுங்குனாள். அதைக் கேக்கப்போறோமேன்னு அவள் குழந்தை முகத்திலே ஒரு கருமை பூசுன மாதிரியிருந்தது.

பச்சை விசயத்தை காதோடு சொல்லும்போது "போ அங்குட்டு" என்று கோபித்த மாதிரி எந்திரிச்சி நின்னுக்கிட்டாள். ஆனால் அப்படி ஒரு ஆவல் பூர்த்தியாகுறது எப்போன்னு அலஞ்ச மனசு ஜிவ்வுன்னு உயர அடர்ந்து பறந்தது. கால்கள் பறபறன்னு பிராண்ட "நான் என்னம்மோல்ல நீ கேக்கப் போறேன்னு நெனச்சேன்"னு கொஞ்சம் கோபங்காட்டி வெக்கம் வெளியே தெரிய, சுவரோரமா நின்னு நகத்தாலே கோடுபோட்டுக்கிட்டு நின்னா காளீஸ்வரி. இப்படியொரு துன்மார்க்கமான நிலையிலே கையேந்தி தாங்கிட்டெ வருவாள்ன்னு ரொம்பவும் எதிர்பார்த்திருந்தாள்.

அவள் கிட்டேயிருந்து இந்த ரெண்டு மாசமா அவர் படுற இம்சையை இவள் தினமும் கேட்டுக்கிட்டுதானே இருக்கா. எவ்வளவு அறியாத வயசு. கொஞ்சமாவது இந்த விஷயத்துல உலக அறிவு இருந்ததுன்னா இப்படி பிச்சை கேட்டு அடுத்த பொம்பளைகிட்ட நிப்பாளா? கொஞ்ச நேரத்துக்கு முன்னாடி அவள் பட்ட அவஸ்தையை நொந்து சொல்லுற பச்சையின் உருவத்துக்கு முன்னாடி அயோத்தியின் முரட்டுத் தோற்றம் முழுசா விசுவரூபமா தெரிய, அவன் காலடியில கதியா கிடந்து இந்த ஜென்மத்தை முடிக்கத் தயாரானாள்.

பச்சை விடறதாயில்லே. அவள் மறுத்து பழக்கத்தை முறிச்சுடுவாளோங்கிற பயத்துல "இப்பொ கொஞ்ச நேரத்துக்கு முன்னாடி ஆத்தாமேல சத்தியம் பண்ணுனேயேக்கா. புண்ணியத்துக்கு கேக்கிறேன். இந்த ஒரு உதவிய செய்யிக்கா. ஏன்னா எங்க அப்பனும் அம்மாவும் பாக்கும்போது அவரு மூஞ்சியெ தூக்கி வச்சிக்கிட்டு இருக்கப்படாது. அவங்களுக்கு முன்னாடி அவரு என்னெ சினந்து பேசிருவாரோன்னு பயம்மா இருக்கு. காளீ... இந்த உதவியெ நா சாகிற வரைக்கும் மறக்க மாட்டேன்."

"ம்... போ பச்செ. உதவி கேக்கறதிலயும் ஒரு நியாயம் வேண்டாம்." பழையபடியும் பொய்யா ஒரு சிணுங்கல் சிணுங்கி முகத்தை உம்முன்னு வச்சிக்கிட்டா. "யக்கா, என்னால முடியலக்கா... ஐயோ, அத நா எப்படி சொல்றதுன்னு தெரியல. என்னையெ... யக்கா... நம்ம ஊரு இந்த துடியான கருப்பசாமி தெய்வம் சத்தியமா சொல்றேன். அதெ... இப்ப நெனச்சாலும் என்னெ... என்னெ உசிரோட கொல்ற மாதிரி, ஒரு கழுமரத்துல குத்தி சொருகிற மாதிரி இருக்குதுக்கா!"

பச்சையின் மௌன அலறலையும் கெஞ்சலையும் அரைக்காதில் வாங்கிய காளீஸ்வரி, தான் கேட்கப் போகும் கேள்வியை அவள் காதில் போட, வாயையும் ஒப்பாரியையும் எட்போ நிறுத்துவாள் என்று அனிச்சையாய் எதிர்பார்த்திருந்தாள். மனசு முழுதான வடிவத்தில் தயாராகிக் கொண்டிருந்தது. "நீ சொல்ற பச்சை! ஒன் ஆத்திரத்துக்கு! அந்த மாமா சம்மதிக்க வேண்டாமா? அவரு எனக்கு விவரம் தெரிய ஒத்தப் பொண்ணெ ஏறெடுத்துப் பாத்ததில்லையே. நானல்லாம் ஆம்பளையில்லாதவதானே. என்னெ திரும்பிக் கூட பாத்ததில்லையே அவரு! மொதல்ல அவரு அப்படி ஆள் இல்லே." ஒரு விபரம் தெரிஞ்சுக்கிடற தொனி இருந்தது அவள் கேட்டதிலே.

பச்சை அவசரமா "யக்கா, அதுக்கும் நா சம்மதம் வாங்கிட்டேனுக்கா. கெஞ்சிக் கூத்தாடி சம்மதிக்க வச்சேன். மொதல்ல அது இதுன்னு சொல்லிக் கோபப்பட்டாரு. கன்னத்துல நாலு அடி கூட அடிச்சாரு. இப்படியெல்லாம் நா இருக்கிறதுக்கு ஒன்ன தென் காட்டிலருந்து ஏன் அழைச்சிட்டு வரணும்னு வெரசுனாரு" பச்சையோட கெஞ்சல் ரொம்ப பரிதாபமாயிருந்தது.

இப்பொ பச்சை ரொம்ப நிம்மதியாயிருந்தா. அதப்பாத்து வெள்ளத்தாயும் பரமுவும் சந்தோசமா ஊர் போய் சேந்தாங்க. அவ புருசனோட சந்தோசமா இருக்கணும்னே கூத்துப் பாக்கப்போன அன்னக்கி சின்னஞ்சிறிசுகளுக்கு இடைஞ்சலா இல்லாம விடிய விடிய மந்தையிலயே கிடந்து எந்திரிச்சி வந்தாங்க பாவம்.

பச்சைக்கு இப்பொ வீட்டு வேலைகூட காளீஸ்வரி ஜாஸ்தியா வக்கிறதில்லே. மகாராணி மாதிரி நிம்மதியா தூங்கி எந்திரிச்சா போதும். அயோத்தியும் இப்பொ ரொம்ப சமாதானமாயிட்டான். முன்னாடி மாதிரி பொம்முன்னு அடச்சிப்போய் இருக்கிற தெல்லாமில்லே. வீட்டுக்குள்ளே நுழைஞ்சும் நுழையுமின்னே முன்ன மாதிரி பச்சைய எங்கேன்னு தேடுறதில்ல. ஆனாலும் அவமேல கோபமும் இல்லே. "பாவம் நேத்துப் பிள்ளே. அதுக்கு என்ன வெவரம் தெரியும். சங்கடப்பட்ட குடும்பமாங்காட்டி நாம கொஞ்சம் வசதீங்கவும் சின்னப் புள்ளைய அவசரப்பட்டுக் கட்டிக் கொடுத்துட்டாக" அவனா சமாதானமாகிவிட்டான்.

பச்சையோட பெருந்தன்மை அவனுக்கு ரொம்ப பிடிச்சிருந்தது. பொம்பளப் பிள்ளைகள்லே இப்படி குணம் அமையுறது அபூர்வம்னு காளீஸ்வரிகிட்டெ மட்டுமில்லெ வேலையாளுக எல்லார்கிட்டயும் சொல்லுவான். "அவ ஊர்ல இருக்கிற விவகாரங்கள்ல இந்த வயசுலயே பேர்பாதி இவ தீத்து வைப்பான்னா பின்னே சும்மாவா? பரவாயில்லே. நாலுஞ் தெரிஞ்சு வச்சிருக்கா. அதுக்குத் தக்கயும் நடந்துக்கிறா. ரொம்ப பரம்மா இருக்கா. வெள்ளந்தியாவுல மனசு உள்ள ஒண்ணு வெளியே ஒண்ணு வச்சு பேசாதவ."

வேலையாளுகளோட ஆளுகளா மிளகாச் செடியிலே களை பிடுங்கிக்கிட்டிருந்த பச்சைய தூரத்துல இருந்த அயோத்தி கூப்புட்டான். கிட்ட வந்து நின்னவகிட்டே சொல்லவா வேண்டாமான்னு கொஞ்சுநேரம் யோசிச்சவன் அவளா பாத்து ஏற்பாடு பண்ணுனது தானேன்னு பச்சைகிட்டெ அப்படி சொன்னான். "ஏம்மா பச்சை, காளீஸ்வரிக்கு... நம்ம காளீஸ்வரிக்கு நாள் தள்ளிப் போயிருச்சி. சோறு தண்ணி செல்லலயாம். கூட டவுனுக்கு ஆஸ்பத்திரி வரையிலயும் போயிட்டு வர்றியா?" ரெண்டு காலையும் வாரி கிணத்துக்குள்ள தள்ளிவிட்டமாதிரி இருந்தது பச்சைக்கி! காலு கைய உதறி ஒன்னு கதறி அழகணும் போல இருந்தது. வேனான வெய்யில்ல கிளம்புன சுழல் சூறாவளி மாதிரி தலை கிறுகிறுக்க செத்த உடம்பு எந்திரிச்சி நடந்த தோரணையில் தொவ்வலா வீடு வந்து சேர்ந்தாள்.

உள்ளே கட்டில்ல படுத்திருந்த காளீஸ்வரிக்கு அவளோட ஆத்தா பனை ஓலை விசிறியால விசிறிக்கிட்டிருந்தாள். உள்ளுக்குள் மூட்டமாய் புகைந்து நின்றுகொண்டிருந்த பச்சைய தாயும் மகளும் ஒண்ணுபோல திரும்பிப் பார்த்தார்கள். கட்டிலில் இருந்து சோர்ந்து எழுந்த காளி ஒண்ணும் பேசாமல் பச்சையின்

முன்னால் வந்து நின்னாள். திடீர்னு அவள் கால்ல விழுந்து ரெண்டு கையாலயும் சேத்துப் பிடிக்க அம்மா'ன்னு வாய்விட்டு அழுதாள் அண்ணாக்க ஏறிட்டு, "என்ன பாத்து எதுவொன்னும் வாய் தெறந்து சொல்லீறாதே பச்சை! நீ எது சொன்னாலும் அத நான் தாங்க முடியாது. ஒன்னய மொத மொத பாக்கும்போது என்னயவிட்டு ரொம்ப தூரமாத்தான் ஒன்னய ஒசத்தியா வச்சிருந்தேன். நீ தெய்வப் பிறவி! என்னய உடம்பிறப்பா கொண்டாடி ஒம் மனசுல உள்ளதெல்லாம் கழுவிக் கவுத்தின மாதிரி எல்லா விபரமும் சொன்னே தாயி! பத்து வருசமா இந்த ஊர்ல நா எப்படியிருந்தேன்னு நாலு தெருவுல கேட்டா சொல்லுவாங்க. அந்த அடக்கம், அந்த அமைதி உன்னோட சேந்த நாள்லருந்து சிதறுகாயா போச்சு தாயி. ஒன்னய குத்தஞ் சொல்லலம்மா... ஒன்னய குத்தஞ்சொல்லல. எனக்கும் கல்யாணம் ஆகையில உனப் போல பதினாலு பதினஞ்சு வயசுதான் இருக்கும். இப்ப நீ பட்ட துன்பமெல்லாம் நானும் பட்டுத்தான் ஆம்பளயாள விபரந்தெரியாம தெருவுல வச்சி திட்டித் தீத்தேன். அவமானப்பட்ட மனுசன் என்ன வெறுத்து இந்த ஊரையும் வெறுத்துப் போயிட்டான். நா கவலையில்லாமத்தான் இருந்தேன். உள்ளதைச் சொல்றேன். ஒன்னப் பாக்குற பேசுற வரையிலும் எனக்கு அந்த நெனப்பு இல்லவே இல்லே. பச்சே! இந்த வயசுல நீ ஊருக்கெல்லாம் விவகாரம் பேசுனவ. நீ சொல்லு. என்னப் பெத்தவ நீதான். உனக்கு நான் ரெண்டகம் பண்ணுனேன்னு நீ நெனச்சா நா இருக்கணுமா இல்லே சாகணுமான்னு ஒன் வாயாலேயே சொல்லீரு பச்சே! நீ சொன்னா என் ஆத்தாளறிய கேப்பேன்."

கண்களிலிருந்து கண்ணீர் முத்து முத்தாய் சொட்ட நின்று கொண்டிருக்கும் பச்சையின் கால்களை விடாமல் இருக்கப்பற்றி முட்டியழுத காளியின் கண்ணீர் முழங்கால் சேலையெல்லாம் நனைத்து விட்டிருந்தது.

ரொம்ப நேரமாய் கண்ணை மூடி எங்கோ புதைஞ்சு போய்க் கொண்டிருந்த மாதிரி உணர்ந்த பச்சை முழிச்சிப் பாத்தபோது இன்னும் பகீரித்துப் போனாள். காளியின் ஆத்தா தன் மடக்க முடியாத கால்களை நீட்டி உட்கார்ந்து கொண்டு பச்சையின் கால்களைத் தொட்டுத் தொட்டு கண்களில் ஒத்திக் கொண்டிருந்தாள் மகளுக்கு மாப்பு கேட்டு.

பச்சை வாழக்குடியா வந்து வருசம் ஆறு. ஆனாலும் இவ்வளவு நாளா வராத ஆத்திரம் இப்ப ஒரு ரெண்டு மூணு மாசமா வந்திருக்குது வெள்ளத்தாயிக்கு. தெனம் தெனம் சண்டை கேட்டா

பச்சை இல்லைன்னு சாதிக்கிறாள். "ஒம்மூஞ்சி சொல்லலயா?" "யாருடி அவன்?" தலையைப் பிடித்துக் குலுக்கினாள் வெள்ளை. கைநீட்டினாள். தலைமயிரை புடித்து இழுத்துப்போட்டு முதுகில குத்தி "சொல்றி.... சொல்றி.... சொல்லு," என்றாள்.

ஊர் அடங்கியிருந்தது. கிடையிலெ போய் பரமுக்கு ரப்பட்டு சோறு கொடுத்து சாப்பிட்ட பிறகு கொஞ்ச நேரம் தூங்கச் சொல்லி வெள்ளை முழிச்சி காவலிருந்தாள். பின் சாமத்துல புருசனை எழுப்பிவிட்டு ஆடுகள் வெள்ளாமையில் விழுந்திராமெ முழிப்பிருக்கச் சொல்லி எச்சரிச்சிட்டு, வீட்டுக்குக் கிளம்பி வந்தாள். வத்தல் மருகை ஏற்றி டவுனுக்குப் போன மாட்டு வண்டிகள் ரோட்டு மார்க்கமா திரும்ப வந்து கொண்டிருந்தன. அந்த கடக் கடக்கென்ற வண்டிச் சத்தத்திலும் ஊருக்குள் வரும் மனுச அரவத்தை அறிந்துகொண்ட ஒரு சுதாரிப்பான நாய் ஒரு முறை நீட்டிக் குலைத்து விட்டு மீண்டும் ஊரை அடங்க வைத்தது.

வீட்டை நெருங்கிப் போய்விட்ட வெள்ளை, தெருவிளக்கின் குண்டு பல்பு வெளிச்சத்தில் ஒரு உருவம் முன்னே நடந்து இருளில் கலந்தது தெரிய, நீண்ட நாள் சந்தேகத்தில் தெற்குத் தெரு திரும்பி மாரியாபிள்ளை வீட்டு கடவு வழியே திரும்பி விரசலாய் நடந்தாள். தோளில் போர்த்தியிருந்த துணி.... அது பரமுவின் கைலி... ஆமாம் எட்டி நடந்த வெள்ளை பின்னாடியே போய் துணிச்சலாய் கைலியைப் பிடிச்சு இழுத்தாள். பச்சை!

"எங்கடி போற இந்த சாமத்துல?"

'......'

'எங்க போறே?" தலைமயிரை இறுகப் பிடிச்சாள். "சொல்லுடி எங்க போறே?"

'............'

பச்சையின் கண்களில் தாரை தாரையாய் கண்ணீர்! ரெண்டு கைகளாலும் கண்ணைக் கசக்கிக்கொண்டு இன்னும் பலமாக ஹெக் ஹெக் என்று விக்கி விக்கி அழுக ஆரம்பித்தாள்.

தலைமுடியை விட்டதும் மகளை அப்படியே நெஞ்சோடு சேர்த்துக் கட்டிய வெள்ளை அவளை அழுகவிடாமல் தோளில் புதைத்து.... "யாத்தே.... எந் தெய்வமே, ஒனக்கு கண்ணில்லையா" என்று ஈன கரத்தில் வாயுக்குள்ளேயே குமுறி "உன் தலையெழுத்து இப்படியா ஆகணும்"னு கதறினாள். கொஞ்ச நேரத்துக்குப் பிறகு மகளை விடுவிச்சு கண்ணீரை தொடச்சி விட்டாள். மெல்ல,

"சாமநேரம் காத்து கருப்பு அண்டராமடி கண்ணு" அம்மாவின் அன்பான கவலையிலும் ஆறுதலிலும் பச்சை தலைகவிழ்ந்து பேசாமல் நின்னாள். மகளை ஆதரவாய் பக்கத்தில் இழுத்துவைத்து தலைமுடியை கோதிவிட்டாள். நாலாபக்கமும் சுத்திப் பாத்தாள். இருட்டு கும்முன்னு இருந்தது. மெல்ல சொன்னாள். "நாளு தள்ளிப் போனா ஆத்தாகிட்டே சொல்லீரும்மா. பயந்துகிட்டு பேசாம இருந்திராதே. அவசரப்பட்டு எது ஒண்ணும் முடிவு பண்ணிராத" குரலில் பயமும் நடுக்கமும் இருந்தது. ஊர்க்காரர்களுக்கு முன்னால் மகளின் மரியாதையையும் நல்ல பெயரையும் தக்கவைக்க நினைத்தாள் அம்மா. அந்த அம்மாவின் நெஞ்சிலே தஞ்சமாய் பச்சை படர்ந்து கிடந்தாள்.

"ஓம்மேலே ஒரு தப்பும் இல்லே. எம் புள்ளமேல எந்தக் குத்தமுமில்ல. எல்லாத்தையும் அந்த ஆயிரங்கண்ணுடையா பாத்துக்கிட்டுத்தான் இருக்கா" மகளை நிமிர்த்தினாள். "இருட்டுக் கஜமாயிருக்கு. பாதை தடமே தெரியலே. குளுந்த நேரம். பூச்சி பொட்டு கிடக்கும் தாயி. பாத்துப்போ."

துடி

ஒருநாள் ஒரு பொழுதாவது தானும் அந்த பூசாரிநாயக்கர் மாதிரியே பெரிய்ய சாமி கொண்டாடியா வரணும்னு உள்ளியனுக்கு ஆசை.

சும்மா சொல்லக்கூடாது டேயப்பா! ஆளைப் பார்த்தாலே அந்த மனுசன்ட ஒரு அரற்றி இருந்தது. செவத்த உடம்பு கிடாமீசை. புருவத்துக்கு உள்ளடிச்சி முழிச்ச பளிங்குமாதிரி பூனைக்கண்ணுக. காவியில வேட்டி துண்டு, நால்வழிச்சாலை மாதிரி திருநீற்றுப்பட்டை, ருத்திராட்சக் கொட்டை.

சாப்பாட்டுக்கென்ன கொறச்ச. சம்சாரி வீடுகள்ல பலகாரம்ன்னு செய்திட்டா தலைவாழையில வச்சு இவருக்குப் பரிமாறிட்டுத்தான் மத்தவேல. உடம்புல எங்கெயாவது எலும்பு தெரியட்டுமே. ம்ஹூம்... வெண்ணெய் உருண்ட மாதிரி அலைவார்.

சக்திமாரியம்மன் பெரிய கோவில்ல பூசாரி நாயக்கர் காலடி வைக்கிற நேரந்தான் சாமியே வந்தமாதிரி சனங்க பரவசப்படுவாங்க. திருநீறு வாங்க நீயி நானுன்னு முந்துவாங்க. சாமியெல்லாம் பிறகுதான். இவரு பார்வை பட்டா போதும். அதோட கொஞ்சம் சித்து வேலைகளும் மை வச்சுவசியம் பண்ணுற தொழில் ரகசியமும் மலையாளத்திக்கம் போய் படிச்சு வந்ததாக சனங்கள் பயந்து பேசிக் கொள்கிறார்கள்.

கார்த்திகை பிறந்தால் சபரிமலைக்கு மாலை போடுகிற ஆளுகள் வந்து குமியுங்க. கன்னிபூசையில இவர்தான் அர்ச்சிக்கிறவர். கடைசியில் கருப்பன் வந்து ஆடுவதைப் பார்க்க கூட்டம் 'ஹொாகே கொள்ளேன்னு கூடிப்போகும்.

அடுத்த வாரம் திருவிழா. பங்குனிப் பொங்கலுக்கு காப்பு கட்டியாச்சு. அடடா பொங்கலுக்கு முதல்நாள் பார்க்கணுமே	சக்தி மாரியம்மன் சன்னதியிலிருந்து ஊர் முன்னோடி சாமி கருப்பன் அருளாகி ஊர்க்காவல் தெய்வம் அய்யனாரை அழைக்க, அந்த வல்லயக்கம்பை எடுத்து மணிகள் கலகலங்க கூரான வேல் யார் மேலயாவது பாய்ஞ்சிருமோன்னு ஜனம் பதற நாலாபுறமும் வீசி விளையாடுவார்.....யப்பா!

இருபத்தோரு பச்சை முட்டைகளை நறநறன்னு மென்னு தின்னு கருப்பன் களைகட்டி நிற்கும்போது சம்சாரிகள் அருள் வாக்கு கேட்பார்கள்.

"இந்த வருசம் மழை தண்ணிக்கு குறைவில்லாம பயிர் பச்சைகள், ஆடு மாடுகள்க்கு எந்தக் குறைவும் இருக்கக் கூடாது. முன்னோடிதான் துணை."

"ஹஹ்ஹா.... ஹஹ்ஹா.. ஹஹ்ஹா......"

வானத்தைப் பார்த்து பலம்மா சிரிப்பார் பூசாரிநாயக்கர். அந்த வருசம் விளைஞ்சாலும் அந்த சிரிப்புக்கு ஒரு அர்த்தம் சொல்லிக் கொள்வார்கள். விளையாவிட்டாலும் வேறொரு அர்த்தம் சொல்லிக் கொள்வார்கள். சக்திக்கு என்று ராத்திரி ஒரு மணிக்கு காவுகொடுத்த வெள்ளைச் சேவல் குழம்பும், ஒண்ணேகால் சின்னப்பக்கா பச்சரிசிச் சோறும் ஒரு பருக்கை விடாமச் சாப்புட்டு மதியம் ஒரு மணிக்கு மேல நாக்கைத் துருத்தி ஒரு ஆட்டம் போட்டு மௌச்சத்தம் முழங்க ஓடுவாரு பார் ஓட்டம்.

பின்னாடி யாரும் தொயர முடியாது. அது சமயம் யாரும் குறுக்காகப்பட்டால் அவ்வளதான். சாமி உசிர்க் காவு வாங்கிரும்னு சொல்வாங்க.

ஓடுன ஓட்டம் கிழக்கே தம்புரான் ஆலமரந்தாண்டி செந்நாக்குளம் போறவரைக்கும்தான் நாயக்கர் உருவம் தெரியும். சடச்சியூரணிக்குள்ள என்ன நடக்கும்ன்னு யாருக்கும் தெரியாது. அந்த எல்கையிலிருந்துதான் கருப்பன் இறங்கிக்கிட்டு அய்யனார் அருளாகி அந்த தெய்வத்தை சுமந்துக்கிட்டு திரும்ப வரும்போது இங்கே ஊர்ச்சனம் பூராவும் வேப்பங்குலையோட மாரியாத்தா ஐயனாரை வரவேற்கிற ஐதீகமா குலவைபோட்டு நிப்பாங்க. சனமே காலில் கையில விழுந்து எழுந்திருக்கும்.

உள்ளியனும் ஒரு சாமி கொண்டாடிதான். இவன் அந்த ஊர் தெற்குப் பக்கம் காலனியிலிருக்கிற பகடை மாரியம்மன் கோவில் பூசாரி, கோயில்பேரிலேயே தெரிஞ்சுக்கிடலாம் அந்தக் கோயிலுக்கான மரியாதையை. பகடை சாதிக்குப் பாத்தியப்பட்ட அருள்மிகு பகடை மாரியம்மன் கோயிலைச் சுற்றித்தான் ஊர் சம்சாரிகள் 'வெளிக்கு' இருக்கிறது.

தெய்வத்தை சுமந்துட்டுத் திரிகிற பூசாரி நாயக்கர் கூட ஒருநாளைக்கு அஞ்சு ஆறு தடவை இந்தக் கோயிலுக்கு பின்புறம்தான் 'உக்காந்துட்டு' கோவணத்தை பெரிய மகாராஜா மாதிரி இடது கையில போட்ட மட்டுல வந்து கோயில் முன்புறமா இருக்கிற அடி குழாயில அங்கிருக்கிறவங்களை அதிகாரம் பண்ணி தண்ணி அடிக்கச் சொல்லி கால் கழுவிவிட்டு பிறகு கோவணத்தை இறுக்கிக் கட்டுனமட்டுல போவார்.

உள்ளியன் சாதிக் காலனிப் பொம்பளைகளை பொம்பளைகளாகவே நெனக்கிறதில்லே. கோயில்ல எத்தனை பொம்பளைகள் கூடி நின்னுக்கிட்டிருந்தாலும் சரி. ஆளுகள் வரிசை வரிசையா அடி குழாயை மாத்தி மாத்தி அடிச்சி கால் கழுவிக்கிட்டேதான் இருப்பார்கள்.

ஒரு சிலபேர், மேலே திரச்சி விட்ட வேட்டியை இறக்கி விடாமல் கோவிலை விட்டு தார்ரோடு போகிறவரைக்கும் பகடை மாரிக்கு 'பின்னாடி' காட்டிக் கொண்டே தான் போகிறார்கள். பகடைப்பயக சாமிக்கெல்லாம் என்ன பெருசா துடி இருக்கப்போகுதுன்னு இளக்காரந்தான்.

பூசாரி நாயக்கர் வீட்டுக்குள் யாரும் இதுவரை போனதில்லை. உள்ளே என்ன மந்திரம் வச்சிருக்காரோ என்ன மை மாய்மாலம் இருக்குமோ என்ற பயந்தான். உள்ளியன் அவரோட வீடு கூட கோயில் மாதிரிதான் இருக்கும் என்ற உத்திப்பாட்டில் இவனுடைய எட்டுக்கெட்டு அளவுள்ள கூரைவீட்டில் அவனுக்கு தெரிஞ்ச அளவு பக்திப் பரவசப்படுத்தி வைத்திருந்தான்.

சிவாஜிகணேசன், சாவித்திரி சிவன்-பார்வதி வேஷம் போட்ட திருவிளையாடல் படமும், தனிப்பிறவி படத்தில் எம்.ஜி.ஆர். முருகன் வேஷம்போட்டு அவர் காலடியில் வள்ளி ஜெயலலிதா அமர்ந்து கையுயர்த்தி நிற்கும் படமும் ஒட்டப்பட்டு ரெண்டாவது மூணாவது தலைமுறையாய் அடுப்படிப் புகையட்டு மங்கலாய்க் கிடந்தது.

எப்பவோ இருக்கன்குடி போய் வரும்போது வாங்கி வந்த கண்ணாடி பிரேமுக்குள் மாரித்தாயி பூச்சி அரித்துப்போய் கிடந்தாள். அவைகளுக்கு காவலிருந்ததுபோல் இப்பொ இருக்கிற சினிமா ஸ்டார்களின் படங்களை அவன் ஐந்து வயது மகன் ரசினி வளைத்து வளைத்து ஒட்டி வைத்திருந்தான்.

இவனும் பூசாரி என்கிற முறையில் பூசாரிநாயக்கரைப் பார்த்து பலமுறை கும்பிடுபோட்டுப் பார்த்தான். அவரை வச்சுத்தானே அவங்க சாமிக்கு மரியாதை. எதோ நாமளும் ஒண்ணுக்கு பேர்பாதியா அவர்கிட்டெ தொழில் ரகசியம் கத்துக்கிட்டா நம்மளை வச்சி பகடை மாரியம்மாளுக்கு ஒரு விமோசனம் வராதான்னுதான்.

அவரென்டான்னா இவனை ஏறெடுத்தே பார்க்கிறதில்லெ. நாமளும் பூசாரி. இவனும் பூசாரியான்னு பூசாரி சாதிக்குள் அவனை சேர்க்கவே கிடையாது. அப்படியொரு நெனப்பு அவனுக்கு வந்திராதபடி இலைமறைகாயா இடைஞ்சல் வேற பண்ணுவார்.

சக்தி மாரியம்மன் கோயில் பொங்கல் முடிஞ்சா அடுத்த வாரம் பகடை மாரியம்மன் கோவில் பொங்கல் நடக்கும்.

பூசாரி நாயக்கர் மாதிரியே இவனும் கருப்பனா அருளாகி வல்லயக்கம்பு எடுத்து வீசி அய்யனார் அழைச்சி வர ஆசை.

சம்சாரிகள்னா, கோயிலிலிருந்து செந்நாக்குளம் சடைச்சியூரணி வரைக்கும் சாமிபோய் வர்றதுக்கான அவங்க நிலங்கள்ல வண்டிப்பாதை விட்ருக்காங்க. காலனி ஆளுகளுக்கு ஏது பாதை?

அந்த வருசம் உள்ளியன் வல்லயக் கம்புக்கு பதிலா அவங்களுக்கு தக்கன ஆட்டுக்குலை ஒடிக்கிற தொறட்டிய வச்சு சக்கிலிய சனங்க சூழ நின்னு குலவைபோட பூசாரி நாயக்கர் மாதிரியே சுழட்டுனான். வெள்ளைச் சேவல்க்கறிக்கும், பக்காச் சோத்துக்கும், பதிலா சூடக்கருவாட்டு உப்புச்சாறும் கேப்பைக் களியும் பெண்ஜாதி மணக்க மணக்க செய்து கொடுக்க, அந்தக் கவிச்சை சாப்பிட்டு ஆத்தாளுக்கு ஆசாரமானான்.

ஆத்தா எல்லாத்தையும் ஏற்றுக்கிட்ட மாதிரி எல்லாம் சரியாத்தான் நடந்துக்கிட்டிருந்தது. பூசாரிநாயக்கர் மாதிரியே 'ஆன்னு' அலறிக்கிட்டே கிழக்காம ஓட காலை எடுத்து வச்சான்.

"ஏலோய் உள்ளியா! ஆடுறது சரி! மந்தைப் புஞ்சை மக்காச்சோளத்துல விழுந்து ஒலப்பி ஒரு தட்டை ஒடிஞ்சாலும் காலனியில ஒரு ஆடு கோழி இருக்காது. பாத்துக்கோ"

கிழவீட்டு கிருஷ்ணசாமி நாயக்கர் மொதலாளி வரப்புல நின்னுக்கிட்டு சொன்னார். அப்படியே ஆடிக்கிட்டே திரும்பிட்டான்.

பழையபடிக்கும் அருந்ததிய சனங்க குலவை போட ஏய்...ம்... ஆய்ன்னு கையில கம்பை சுழட்டுன மானிக்கி அய்யனார்தான் அழைக்க முடியாமப் போச்சி. கொடுத்த துட்டுக்கு வந்த மேளகாரங்களுக்கு வேலை கொடுக்கணுமென்னு தார்ரோடு வரைக்கும் சாமிய ஆடவிட்டு ஆணுபொண்ணு சின்னஞ்சிரிசு சந்தோசமா கூடி ஆடிக்கிட்டுப் போனாங்க.

தார்ரோடுதான் ஏறியிருப்பாங்க. கரெக்டா அந்நேரம் சப் இன்ஸ்பெக்டர் ஒரு போலீஸோட பைக்குல வந்தார்.

"டேய் என்ன கூட்டம்? எங்கே மொத்தமா திரண்டு போறீங்க?"

"பொங்கலு சாமி!"

"அதெல்லாம் உங்க தெருவுக்குள்ளயே வச்சுக்கிடணும். ரோட்டுப்பக்கம் வர்ற வேலை வச்சுக்கிட்டீங்க மொத்தமா கொண்டு

போய் உள்ளே தள்ளிருவேன். அந்தா! அங்க ஆடுறவனைக் கூப்பிடு"

உள்ளியன் பொசுக்குன்னு ஆக்ரோசத்தைக் கொறச்சி ஆடுன உடம்பு நடுக்கங்கொடுக்க கும்பிட்ட மட்டுல வந்தான்.

"தண்ணிய போட்டுருக்கயாடா?"

உள்ளியன் இல்லைன்னு தலைய ஆட்டுனான்.

"ஏன் வாயைத் திறந்து சொல்ல மாட்டயோ மயிரு. உதைபடுவே படுவா"

லத்தியை உருவி ஓங்கினார்.

"போங்கடா திரும்பி.....ம்."

உள்ளியன் உக்கிப்போனான். கூட்டம் மௌனமாய்த் திரும்பியது. ரொம்ப தூரம் போய்த் திரும்பிப் பார்த்தான். எல்லாரும் ஒழுங்கா திரும்பிப் போறாங்களா என்று பைக்கில் நின்றவாறு கவனித்துக் கெண்டிருந்தது போலீஸ். தள்ளி பூசாரிநாயக்கரும் சில சம்சாரிகளும் நின்று வேடிக்கை மாதிரி பார்த்துக் கொண்டிருந்தார்கள்.

பகடை மாரியம்மாளுக்கு சக்தி அவ்வளவுதான். அதுக்கென்ன செய்ய முடியும் நம்மள மாதிரித்தான் இருக்கும் நம்ம சாமியும்.

இந்த வருசம் சடச்சியூரணியில பூசாரி நாயக்கர் என்னதான் பண்ணுறார்ங்கிறதை பார்த்தே ஆகணும். அந்த வித்தைய மட்டும் தெரிஞ்சுக்கிட்டா நம்ம கோயிலுக்கு நம்ம மூலியமா ஒரு மருவாதி வந்துதான் தீரும். உள்ளியன் ஒரு வாரமா கடுமையா விரதமிருந்தான்.

இன்றைக்கு மதியம் ஒரு மணிக்குத்தான் பூசாரி நாயக்கர் அய்யனார் அழைக்கிற நாள். சச்சியூரணியில் போய் பார்க்கும் போது சாமி குத்தம் வந்திரக் கூடாதில்லையா. கோபத்துல அய்யனாரோ கருப்பினோ காவு வாங்கிட்டா?

அதுக்குத்தான் ஆத்தாளை நெனச்சு விரதமிருந்த உள்ளியன் சாப்பிட்டும் சாப்பிடாம கிடந்தான். ஆளுகூட கொஞ்சம் மெலிவுதான்.

சக்திமாரியம்மன் கோயில்ல நகரா அடிக்கிற சத்தங்கேட்டது. கொட்டு மேளம் கட்டி முழுங்குனது. பெண்களெல்லாம் குளிச்சு மொழுகி குலவை போட கிளம்பி வந்துட்டாங்க.

காலை மணி ஒன்பது. சின்ன பக்காவுக்கு ஒரு பக்கா பச்சை அரிசிச்சோறும் ஒரு சேவலும் ஒத்தையாளா தின்னு முடிச்சார் பூசாரி நாயக்கர். இப்பொவிருந்தே ஒவ்வொரு சாஸ்திரமா நடத்தி பன்னிரெண்டு மணி வாக்குல வல்லயக் கம்பெடுத்து கிளம்புனா

ஆலமரம் செந்நாக்குளம்ன்னு சடைச்சியூரணி வர மணி சரியா ஒண்ணாகும்.

உள்ளியன் பகடை மாரியம்மன் கோயில் மண்ணெடுத்துப் பூசிக்கிட்டு குறுக்குப்பாதையா யாரும் பார்க்காம வெயிலான வெயிலில் நடந்து சடைச்சியூரணி தெற்குக் கரையில கள்ளிச்செடிகளுக்கு ஊடே உக்காந்துக்கிட்டான். இருக்க இருக்க வெயில் உக்கிரமா அடிச்சது. தண்ணீர் தாகம் நா வறண்டது. சுத்து முத்து ஒரு பொட்டுத் தண்ணியில்லை. ஆத்தாளை நெனச்சுக்கிட்டான்.

"தாயி! இந்த ஒரு வித்தைய கத்துக்கிடற வரைக்கும் நீ என்ன சோதித்தாலும் தாங்குவேன் ஆத்தா மாரி"

ஆத்தாமேல பழிபோட்டு பசியுந் தாகமுமா உசிரைப்பிடிச்சி உட்கார்ந்திருந்தான். திடீர்ன்னு ஊருக்குள்ளிருந்து ஆதாளி மேளம் கேட்டது. குலவையும் கேட்டது. நகரா அதிர அதிர முழங்குனது.

இப்படி ஒண்ணு சேர்ந்து முழங்குனால் கருப்பசாமி கிளம்பிட்டார்ன்னு அர்த்தம். உள்ளியன் எழுந்திருச்சி மேற்கே பாத்தான். தூரத்துல பூசாரி நாயக்கர் வல்லயக் கம்போடு ஓடி வர்றது தெரிஞ்சது.

பொழுது உச்சிக்கு வந்தது. திடீர்ன்னு ஒரு சூறாவளி போல காற்று காற்றாடி சுற்றுனது. அந்த வெயிலுக்கும் காற்றுக்கும் உள்ளியனுக்கு சளார் சளார்ன்னு புல்லரிச்சது. 'அம்மா அம்மா' என்று மொணங்கி என்னம்மோ நடக்கப்போகுதுன்னு கண்ணீரை கண்ணுக்குள் முட்டச் சேர்த்து பரவசமானான்.

ரொம்பத்தூரம் கிழக்கே வந்துவிட்ட பூசாரிநாயக்கர் ஊரைத் திரும்பித் திரும்பிப் பார்த்தார்.

பார்வை ஆளை மறைக்கிற அளவு வந்துவிட்ட தெளிவில் சாவகாசமாய் நடந்து வந்தார்.

ஊரணிக்கு நடுவிலே காட்டாமணக்கும் அரளிச் செடியும் மரம்போல் வளர்ந்து நல்ல நிழலோட்டமாயிருந்தது. வல்லயக் கம்பை பொத்துன்னு போட்டதும், இடுப்புல கட்டியிருந்த துண்டையெடுத்து உடம்பெல்லாம் வியர்வைய துவட்டினார். பிறகு மடியிலிருந்து ஒரு சுருட்டை எடுத்துப் பத்த வச்சதும் புகையைச் சப்பிச் சப்பி சாவகாசமா வெளியே விட்டார்.

உள்ளியன் கூர்மையானான். சுருட்டும் சாராயமும் கருப்பனுக்கும் அய்யனார்க்கும் உகந்ததுதானே.

பிறகு காவி வேட்டிய இடுப்புக்கு உயர்த்தி கோவணத்தை பின்புறம் உருவி விட்டதும் வல்லயக்கம்பை எடுத்து வலது கை

தாங்கலா ஊன்றிய மட்டுல நிழலோட்டத்தில் உட்கார்ந்து வழக்கம்போல் பகடை மாரியம்மன் கோயிலைச் சுற்றி இந்நேரம் ஐந்தாறு முறை செய்வதை ஒரே தடவையா இங்கே உட்கார்ந்து செய்ய ஆரம்பித்தார்.

உள்ளியனுக்கு கண்ணைக் கட்டுனது. அடடா இதுக்குத்தான் அந்த ஓட்டம் ஓடி வந்தாரா? பின்னே அவருந்தான் காலையிலிருந்து எவ்வளவு நேரந்தான் தாக்காட்டுவார்.

இருந்தாலும் உள்ளியனுக்கு இன்னும் அவர்மேல் நம்பிக்கை போகவில்லை. அவ்வளவு ஜனங்க இவரை நம்புறாங்கன்னா எதோ வித்தை இவருகிட்ட இல்லாமலா?

அப்படியே எழுந்திருச்சி கோவணத்தை இறுக்கி பின்புறம் செருகினதும் வல்லயக் கம்பை ஊன்றி ஊன்றி ஊரைப் பார்த்து மெல்ல மெல்ல நடந்தார். கொஞ்ச தூரம் நடந்த பிறகு ஊரிலிருந்து குறிப்பாய் பார்த்தால் ஆள் உருவம் தெரியும் என்று நிதானித்தவுடன் மெதுவாக ஓட ஆரம்பித்தார்.

ஊர் நெருங்க நெருங்க ஆரவாரமாய் ஆட்டத்தோடு ஓடத் தொடங்கினார். 'இதுதான் கருப்பசாமிய இறக்கிட்டு அய்யனாரை ஏற்றிக்கிட்டு போகிற வித்தை லட்சணமாக்கும்: அட நாதாரி நாக்கெரே! நீ நாசமாப்போக. இதைப் பாக்கவா விரதம் விரதம்னு ஒருவாரம் குலைப் பட்டினியா கிடந்தேன். இந்த மத்தியான வெய்யிலிலே பசியும் நா வறச்சையுமா கத்தாளைக்குள்ள கிடந்து தவிச்சேன் ஐயையே! சே!'

சக்தி மாரியம்மன் கோயில் பொங்கல் முடிஞ்சு அடுத்த வாரம் பகடை மாரியம்மன் கோயில் பொங்கல் ஆரம்பமானது. உள்ளியன் மேற்கண்ட விசயத்தை யார்கிட்டயும் சொல்லிக்கிடலை. நல்ல கனாக்கண்டா சொல்லலாம்.

அன்றைக்கு நல்லா விடிஞ்சும் விடியாம சாம்பல் பூத்திருந்த நேரம் அருந்ததியப் பெண்கள் பகடை மாரியம்மன் கோயிலுக்கு முன்னாடி பொங்கல் வச்சுக்கிட்டிருந்தாங்க.

பூசாரி உள்ளியன் கோயில் படிக்கட்டுல அமைதியா உட்கார்ந்திருந்தான். பொம்பளைகளே பெண்டுகளேன்னு கொஞ் சங்கூட தாட்சண்யமில்லாம பூசாரி நாயக்கரும் நாலு மக்கிய பெரிய மனுசங்களும் வழக்கம்போல் கோயிலைச் சுற்றி அவங்க வேலைய முடிச்சிட்டு அடி குழாய்க்கு வந்தாங்க.

"டேய்.... ஏய்... அடிராமேளம்"

உட்கார்ந்திருந்த உள்ளியன் திடீர்ன்னு கூச்சல் போட்டான். அவன் கையில சக்தி மாரியம்மன் கோயிலில் உள்ள மாதிரியே மணிகள் பொருத்தி வேல்தாங்கிய கரும் வல்லயக் கம்பு சுழன்று கொண்டிருந்தது.

அரைத் தூக்கத்தில் உட்கார்ந்திருந்த கொட்டுக்காரர்கள் அடியும் பிடியுமாய் எழுந்து கொட்டு உறைகளை உருவிவிட்டு ஜின்னன் டி குண்டா... ஜின்னன்டி குண்டா... என்று முழக்கினார்கள்.

அதை சட்டை பண்ணாமல் அடி குழாய்ப் பக்கம் இடது குடங்கையில் கோவணத்தைப் போட்டு மகாராஜா மாதிரி நின்று கொண்டிருந்த பூசாரிநாயக்கர் முன் நின்ற உள்ளியன் "ஏய்... ச்சீ நீசப்பயலே" என்று புரட்டிப் புரட்டி அடிக்க ஆரம்பிச்சான்.

"டேய் உள்ளியா... உள்ளியா..."

சம்சாரிகள் பதட்டமாய் கத்தி கூச்சல்போட்டு அங்குட்டும் இங்குட்டுமாக ஓடித் தள்ளிப் போய் நின்று கொண்டார்கள்.

கொட்டுக்காரர்கள் பதட்டத்தில் மேளம் அடிப்பதை நிறுத்தினார்கள். உள்ளியன் அவர்களைப் பார்த்து கண்கள் தெறிக்கிற மாதிரி முழிச்சி "அடிரா மேளம்... ஏய்... ம்... நிறுத்தாதே அடி... ஏய்"

ஜின்னன்டிகுண்டா... ஜின்னன்டிகுண்டா...

'நிறுத்துடா மேளத்தை' என்ற பாவனையில் கையை மேல் நோக்கி உயர்த்திய உள்ளியன் அடி விழுந்து கீழே கிடக்கும் பூசாரி நாயக்கரை வல்லயக் கம்பின் வேல் கொண்டு குத்துவது போல பாவனையில் நின்று கொண்டு பாட ஆரம்பித்தான். 'எம் முன்னோடியான் வாழுற திருமண்ணுல செந்நாக்குளம் மண்ணுல" இப்போது கையை மலர்த்தி ஆட்டுனான் அடிராமேளம் என்கிற மாதிரி.

ஜின்னன்டிகுண்டா... ஜின்னன்டிகுண்டா...

கையை ஆகாசம் நோக்கி உயர்த்தி ஆட்டி கண்களை சிவப்பாக்கி பூசாரிநாயக்கரை வெறித்தவாறு "கருப்பனை இறக்கிவிட்டு ஊர்க்காவலனை அழைக்கச் சொன்னேன். ஆத்தா, ஊரைப் பெத்த ஆத்தா" கைகளை உயர்த்தி பொலபொலவென ஆட்டினான்.

ஜின்னன்டி குடிகு ஜின்னன்டிகா ஜின்னன்டி குடிகு ஜின்னன்டிகா...

"தரணி பிறந்தபோது பிறந்த தம்புரான் ஆலம்கலங்க மரம் குலுங்க மனம் கலங்க"

ஜின்னன்டிகுண்டா... ஜின்னன்டிகுண்டா...

"சுந்தரமான சோலையாம். மதிய வேளையாம் தாயின் பேரை சொல்லி ஒரு நீசன் துர்ர்வாசன்...!

பூசாரி நாயக்கர் அதுக்கு மேல் தாமதிக்காமல்,

"ஆத்தா! ஒம் புள்ளெய நீதான் மன்னிக்கணும். நாந்தப்பு பண்ணிட்டேன் ஆத்தா" பேயைப் பார்த்து அரண்டு போன முகத்தோடு கை கால்கள் நடுங்க உள்ளியனைப் பார்த்துக் கும்பிட்டு ஆடிப்போய் நின்னார்.

"ஆத்தாளுக்கு காலமெல்லாம் பண்ணுன அசிங்கத்தை உணர்றியா… ம்… ஏய்!"

"ஆமாதாயி ஆமாதாயி!"

"அப்படென்னா நான் அமைதியாகி… உன்னை மன்னிச்சு மலையேர்றேன். என் ஆலயத்தை ஒரு அஞ்சல்ல சுத்தம் பண்ணுவியா…"

"ஆகட்டும் தாயி"

"இல்லேன்னா இன்னையிலிருந்து எனிக்கோ வர்ற எட்டாம் நாள் பொங்கல்ல…"

"வேண்டாந்தாயி… ஏய் வாங்கப்பா…"

பூசாரிநாயக்கரின் சிநேகிதர்கள் ஓடி வந்து விபரம் கேட்குமுன்னே அவர்களைக் கூட்டிக் கொண்டு போய் கோயிலைச் சுற்றி சுத்தம் பண்ண ஆரம்பிச்சார்.

பூசாரிநாயக்கர் பதறுவதைப் பார்த்தால் எதோ ஆகிப்போச்சுன்னு அவங்களுக்குத் தெரிஞ்சு போச்சு

ஒருத்தர், பெண்டுகள் பொங்கலுக்கு வைத்திருந்த பருத்தி மாரை எடுத்துக்கொண்டு ஓடினார்.

இன்னொருத்தர் செடி செத்தைகளைப் பிடுங்கி ஒதுங்க வச்சார். இன்னொருத்தர் ரெண்டு கையிலயும் மண்ணள்ளிக் கொண்டு ஓடினார்.

"ஆமா, நீ மூணுமாத்தப் பிள்ளை. நீ இருந்த இடத்துல இம்புட்டு மண்ணைப் போட்டு மூட. அட எங்கேயாவது மண் வெட்டி இருந்தா எடுத்தாப்பா"

யாராவது ஒருத்தர் சுத்தத்தில குறை வச்சாலும் அத எல்லாரையும் பாதிக்குமேன்னு ஒரே தள்ளுமுள்ளில் கோயில் சுத்தமானது.

உள்ளியன் தூங்கி எழுந்திருச்ச மாதிரி "என்ன… என்ன நடந்தது" அப்படென்னு தலைய சொரிந்த மட்டுல நின்னான்.

எல்லாருக்கும் இந்த வேடிக்கையைப் பார்க்க அதிசயமாய் இருந்தது. உள்ளியனுக்கு விளக்கம் சொல்ல நேரமில்லை.

ஒதுங்க வைத்தவர்கள் அடி குழாயில் கை கழுவ வந்தார்கள்.

"அட போங்கப்பா நேரங்காலந்தெரியாம" என்று பூசாரிநாயக்கர் அவர்களைத் தள்ளிக் கொண்டு போனார்.

யாரும் ஒருத்தருக்கொருத்தர் பேசிக்கிடலை. அருந்ததியர் தெரு கூட என்னமோ நடந்து போச்சு என்று அன்றைக்கு ராத்திரி கம்முன்னு அடங்கிப்போச்சு. சாமம் போல இருக்கும்.

பூசாரி நாயக்கருக்கு தூக்கம் புடிக்கல. கோயில் திசையை நோக்கி அடிக்கடி கும்பிட்டார். "என்னமோ நான் ஆத்தாளைக் குளிப்பாட்டுற நேரமெல்லாம் வெறுங்கல்லைக் குளிப்பாட்டுறேன்னுதான் நெனச்சேன். கும்பிடுற சனங்க 'பே' கொண்ட கழுதைகள்னு நெனச்சேன். ஆத்தா! தாயி நீ இருக்கே நீ இருக்கே! இந்தக் கிராமத்துல நீ துடியா இருக்கே. எனக்கு நல்ல புத்தி கொடுத்தே. ஒரு எளிய சாதிக்காரன் வாயால ஒரு அத்துவானக் காட்டுல நடந்த சமாச்சாரத்தைச் சொல்ல வச்சயே நீ தெய்வம் நீ தெய்வம்."

உள்ளியனுக்கு இப்போதுதான் எல்லாமே புடிபட்டிருக்கு.

"யய்யா… யய்யா…" ரசினி திடீர்ன்னு எழுந்திரிச்சி உட்கார்ந்து கத்துனான்.

"என்னடா ரசினி நீ இன்னும் தூரங்கலையா"

"யய்யா" உனக்கு ஒரு ஆளுக்கு துடி வந்தே நம்ம கோயிலு அஞ்சு நிமிசத்துல சுத்தமாயிருச்சே, நம்ம காலனி ஆளுக எல்லார்க்கும் துடி வந்தா?

மருவாதி

ஊர் மொத்தமும் கூடியிருந்தது. மீனம் பகடையும் அவன் மகன் கப்பியும் தலைய கவுந்தமட்டுல நின்னுக்கிட்டிருந்தாங்க. குடிச்சுப் புட்டா இந்தக் கப்பிப்பய இதே வேலயா வச்சிக்கிடுறான். இன்னக்கி அவனை ரெண்டுல ஒண்ணுன்னு முடிச்சிருங்கன்னு ஆளாளுக்கு பேசுனாங்க.

மீனுக்கு பொறுக்கலை. மகனெப் பாத்து தாறுமாறா வஞ் சான். நாட்டாமை, கப்பிய மொறச்ச மட்டுல உக்காந்திருந்தார். அவர் மொறப்பைப் பாத்து மீனம்பகடை மகனை கையை ஓங்கி ஓங்கி பொழுதனைக்கும் அடிச்சான். அவன் உம்முன்னு நின்னுக்கிட்டிருந்தான்.

ஊர் சம்சாரிகளை ஒரு தடவை பார்த்து பழையபடி கப்பிய அடி அடின்னு அடிச்சான், "அடிச்சி வளக்காத பிள்ளையும் முறுக்கி வளக்காத மீசையும் வாயில்தான் கிடாவும்ங்கிறது சரீயாப் போச்சேடா ஒவ்விசயத்துல"

மீனம்பகடைக்கு கையும் வாயும் வலிச்சதுதான் மிச்சம்.

ஊருக்குக் கிழக்கே கோபாலநாக்கரு தென்னந்தோப்புலே ஆறு பேரும் உக்காந்தாங்க. "ம்... இதான் வாப்பான இடம். நம்ம பாட்டுல சாவகாசமா உக்காந்து குடிச்சிப் பேசி போகலாம்.'

வேல்த்தேவர் சொல்லிக்கிட்டே நிழலோட்டமா உக்காந்தார். அடுத்தடுத்து பொன்னுநாயக்கர், இடைக்குடி கிட்ணன், தரகர் ராமைய்யா, தலையாரி சுப்பைய்யா சுத்தி உக்கார, மிலிட்டரி பாலு நடுவுல உக்காந்தான்.

பாலுவோட மிலிட்டரி மேலு மினுமினுப்பையும், கமகமன்னு அவன் சட்டை கையிலிருந்து வர்ற சோப்பு வாசத்தையும் ஆச்சர்யமா பாத்த மட்டுல இருந்தாங்க.

பாலு, மேல் சட்டையைத் தூக்கி இடுப்புல சொருகியிருந்த ரெண்டு ரம் பாட்டிலைத் தூக்கி முன்னாடி வச்சான். முண்டு மாதிரியிருந்த பாட்டில்களைப் பார்த்ததும் "அடிரா நொப்பனோலி. மிலிட்டரி சரக்கு மிலிட்டரி சரக்குதான். இப்படி பாட்டிலாவது இங்கிருக்கிற கடைகள்ல வச்சிருக்கானா?"

தரகர் ராமைய்யா சொன்னதும், "கிட்டயா இருக்கு? ஜவான்க உடம்பை வளக்கிறதுக்குன்னே மத்திய சர்க்காரு கொடுக்குறானே.

என்னென்ன பழ வகைகள் இருக்கோ அவ்வளவுமில்ல போட்டு இறக்குவான்."

கவர்மெண்ட் அதிகாரிங்கிற தோரணையில தலையாரி சுப்பையா சொன்னார்.

"இங்கெல்லாம் சும்மா ஏமாத்து வேலை. இத்துப்போன இரும்பு, தீஞ்ச பேட்டரிக்கட்டை, யூரியா உப்பு, நவச்சாரம் இதுகுளை ஒண்ணாப் போட்டுக் கலக்கிக் காச்சி, வயசுப் புள்ளைக படத்தை முண்டமா வரைஞ்சி பாட்டில்கள்ல ஒட்டி குடிங்கடா பேப் பயகளா அப்படென்னு கொடுத்தா பொன்னு நாக்கெருக்கெல்லாம் என்ன தெரியும் பாவம். குடிச்சுப் போட்டு மல்லாக்கக் கிடப்பாரு." இடைக்குடி கிட்ணன் கிண்டலடிச்சார்.

ரொம்ப இளக்காரமா எல்லாரையும் பாத்த பாலு, சிரிச்சிட்டே "ஒரு விசயம் மறந்துட்டமுள்ள. சோடா, கொறிக்கிறதுக்குன்னு யாரும் யோசிச்சுப் பாத்தமா?"

"ஐயையோ"

"அது மறந்து போச்சா"

"நாங்கூட இன்னைக்கின்னு பத்துப் பைசா மடியில வெக்காம வந்துட்டேனே"

"துட்டு நான் வச்சிருக்கேன். துட்டைப் பத்தி கவலையில்லை." கைலியில் சுருட்டி வச்சிருந்த நூறு ரூபா தாளை எடுத்தான் பாலு.

"அப்போ நா போயிட்டு வர்றேன்." பொன்னு நாக்கெரு எந்திரிச்சார்.

"சீ. மாமா! நீங்க பெரியாளு போகவா. சும்மாயிருங்க!"

எல்லாரும் சுத்தும் முத்தும் பாத்தாங்க. தூரத்துல ஒருத்தன் முள்ளு பெறக்கிக்கிட்டிருந்தான். அவனை ஆறு பேரும் மாறி மாறி அவயம் போட்டுக் கூப்புட்டாங்க. அவன் வரும்போதே துண்டையெடுத்துக் கையில போட்டுக்கிட்டு மரியாதையா வந்தான். கிட்ட வந்ததும் ஆளு அடையாளந்தெரிஞ்சது. மீனம் பகடை மகன் கப்பி.

"எல்லாரையும் கும்புடுறேன் மகா ராஜா"

"லே கப்பி! நீதானா வாவா! மொதலாளி கடைக்குப் போயிட்டு வரச் சொல்றாரு. போயிட்டு வா!"

"சொல்லுங்க எசமான். இந்த அடிமைக்கி அதெ விட என்ன வேல"

ரூபாய வாங்குன கப்பி போன மாயந்தெரியல வந்த மாயந்தெரியல. அஞ்சாறு பன்னீர் சோடா அரைக்கிலோ மிக்சரோட வந்துட்டான்.

பாலு மாறி மாறி ஊத்திக் கொடுத்தான். எல்லாரும் கண்ணை மூடிக்கிட்டு மல்லுக்கட்டி ஒவ்வொரு ரவுண்டா குடிச்சாங்க. பாலு மட்டும் வெந்நீர் சாப்புட்ட மாதிரி ஒவ்வொரு மடக்கா குடிச்சான். மிலிட்டரியில் அப்படித் தான் பெக்கு பெக்கா குடிப்பாகளாம்.

குடிச்சதும் உஸ்ஸூன்னு வாய் வழியா ஊதி மூக்கை வெடச்சிக்கிட்டு, "குடிக்கும்போதே எவ்வளவு மணமிருக்கு" சரக்கைப் புகழ்ந்தமாதிரியும் பாலுவைப் புகழ்ந்த மாதிரியும் வேலுத் தேவர் ரொம்ப மெக்கெப் பேசினார்.

"ஹராய்! சொல்லணுமா!"

"எவ்வளவு சோடா ஊத்துனாலும் சரக்கு நெறத்தைப் பாரேன் காடை ரத்தமா இருக்கிறதை"

கப்பி அவங்க சாப்புடறதைப் பாத்து எச்சியை கடக்கு கடக்குன்னு முழுங்குனான். ஒவ்வொருத்தருக்கும் சப்போட்டா பேசிக்கிட்டேயிருந்தான்.

"ம் ம்... அப்படித்தான். கண்ணை மூடிக்கிட்டு மளமளான்னு குடிங்க சாமி! இதென்ன செய்யும் மொதலாளி மாரை!"

மிச்சரை எடுத்து வாயில போடுங்க... அவ்ளதான் அவ்ளதான்...

"சாமிக நல்லாச் சாப்புடுங்க. மிலிட்டரி ஐயாவுகளுக்கு நீங்க நல்லாச் சாப்ட்டாத்தான் திருப்தி" பாலுவைப் பாத்து அசடு வழிஞ்சி சிரிச்சான். ஒரு கும்புடு போட்டுக்கிட்டான்.

"இந்த சாமிக்கு ஊத்துங்க. அந்தா அவுகளுக்கு. மகாராஜ்மார்களுக்கு வேற புகையெதுவும் வாங்கியாரவா?"

உபசரிப்புல ரொம்ப மும்முரச்சலாயிருந்தான்.

"ஏலே கப்பி! நீ கொஞ்சம் போடுறியா?"

பாலு கேக்கவும் ரொம்ப வெட்கமா "நீங்க சாப்புடுங்க சாமி. நாம் போயி தர்மர்களுக்கு முன்னாடி..." அப்படீன்னு சொனங்கி மொணங்குனான். தலையை சொரிஞ்சுக்கிட்டே நின்ன அவனுக்கு குடிக்கணும்னு ஆர்வமிருந்தது தெரிஞ்சது. "டேய் மொதலாளி சொல்றார்ல, குடிச்சிக்கோ. நீ எந்தக் காலம் இதெல்லாம் அனுபவிக்கப் போறே! அந்தா அந்த தென்னை ஒலையைக் கிழி!"

மரத்திலிருந்து தலையை ஒட்டி வளைஞ்சி கிடந்த ஒரு தென்னங்கீத்தைக் கிழிச்சி பதனிக்கி கட்டுறமாதிரி வளைச்சுக்கட்டி நீட்டினான். கொஞ்சமும் முகஞ்சுழிக்காம, ஊத்த ஊத்த தலைவக்கி தண்ணி குடிக்கிற மாதிரி வளைச்சி மண்டுனான். மிக்சரை ரெண்டு கைய நீட்டி மரியாதையா வாங்கி தூரமா போயி

நின்னுக்கிட்டான். நேரமாக ஆக அஞ்சு பேரும் அஞ்சுத்திக்கமா ஒருச்சாச்சிக்கிட்டு பாலுவோட கொடை பாரம்பர்யத்தையும் அவங்கவங்க வீரப்பிர தாபத்தையும் கசாமுசான்னு பேசிக்கிட்டுக் கிடந்தாங்க.

கொஞ்ச நேரம் போனதும் கையில கிடந்த துண்டையெடுத்து தலையில நேஞ்சி கட்டுன கப்பி விறுவிறுன்னு வந்தான். பாலுக்கு முன்னாடியிருந்த ரம்பாட்டிலை எடுத்து மேலயும் கீழயும் பாத்தான். பிறகு கீழ வச்சான். எல்லாரையும் ஒரு தடவை சுத்திப் பாத்தான். யாரும் நிமுந்து பாக்கிற மாதிரியான நெலமயிலில்லை.

பாட்டிலோட எடுத்து கடகடன்னு குடிச்சதும் மிக்சரை கை நிறைய் அள்ளிக்கிட்டான். பாலுவை மெல்ல கையால சுரண்டி "மிலிட்டரியில"

பாலு மெல்ல தலைய ஒசத்தி என்னங்கிற மாதிரி தலையை மேலும் கீழும் ஆட்டுனான்.

"மிலிட்டரியில... மிலிட்டரியில... சண்டைக்கெல்லாம் போவீகளா?"

கேடுக்கிட்டே கைச்சாடை வேற போட்டான்.

பாலு ஆமாங்கிற மாதிரி தலையை ஆட்டி, அடேயப்பா அதையேங் கேக்கேங்கிற சாடையில கையை அப்படியும் இப்படியும் ஆட்டுனான்.

"நல்லா மயிர்களைப் பிடுங்குனீரு! நீங்கெல்லாஞ் சண்டை போட்டு நாட்டெ பொல்லா காப்பாத்திருவீக!"

இப்போ பாட்டில்லயிருந்து கிளாசில ஊத்தி எடுத்து மடக்குமடக்குன்னு குடிச்சான்.

"ஏய்!... ஏலே... என்ன பெரிய்ய மயிரு மாதிரி பேசுறே?"

"யோவ் என்னத்தய்யா கண்டேரு. மயிரு தயிருன்னு.. எங்கெ நா ஓடுறேன் என் ஓட்டத்தை பிடிச்சீரும் பாப்பம். மிலிட்டரியாம் மிலிட்டரி." எந்திரிச்சி நின்னான்.

பொண்ணு நாக்கெரும் இடைக்குடி கிட்ணனும் சுதாரிச்சி "ஏலோ திமிராடா படவா! செருப்புட்டடி நாயெ. அதென்னடா அப்படி பேசுறே. ஒழுங்கா மொதலாளிகிட்டே மன்னிப்பு கேள்றா"

கப்பி பேசாம மொாறச்சமட்டுல நின்னுக்கிட்டேயிருந்தான்.

"இப்பொ மன்னிப்புக் கேட்டு கால்ல விழுகுறயா இல்லயா?" அடுத்து மூணு பேரும் கப்பியை நாக்கைத் துருத்திக்கிட்டு அதட்டுனாங்க.

"என்னடா மொறக்கிற.. எந்திரிச்சி வரவா?"

"சரி மொதலாளி.. தப்புத்தான் மன்னிச்சுக்கோங்க"

சொல்லிக்கிட்டே பாலு கால்ல விழுந்தான். மறு நிமிசம் எந்திரிச்சதும் மிலிட்டரி பாலு கன்னத்துல சப்பு சப்புன்னு மாறி மாறி அடிச்சுப்புட்டான். பல்ல நறநறன்னு கடிச்சுக்கிட்டு "மன்னிப்பாம் மன்னிப்பு.. கால் விழுகணும்மாம் வெண்ணெக்கி."

வாய்க்கு வந்தபடி வஞ்சிக்கிட்டே தூரமா ஒரு மரத்து நிழல்ல போயி நின்னுக்கிட்டான்.

அவ்வளதான். அவ்வளபோதையிலயும் எல்லோருக்கும் சளசளன்னு வேர்த்து விளுவிளுத்துப் போச்சி.

"ஏலே கப்பி ஏலோ கப்பி!" ஆளாளுக்கு கூப்பாடு போட்டாங்க. அவன் எதையும் காதுல வாங்காம எதேதோ புலம்பிக்கிட்டு அங்குட்டும் இங்குட்டுமா உலாத்துனான். இதையெல்லாம் பாத்து அரண்டு போயிருந்த தரகு ராமையா, "நா அப்பவே சொல்லணும்னு பாத்தேன். இவன் குடிச்சுப்புட்டா கால்ல விழுகிறேன்னு பழியா அடிச்சுப் போடுவானே."

அன்னக்கி அப்படித்தான் சாத்தூர் பஸ் ஸ்டாண்டுல குடிச்சுப்போட்டு ரகளை பண்ணிக்கிட்டிருந்தான். நாங்கள்லாம் பாத்து "ஏண்டா இப்படி தராதரமில்லாம பேசிக்கிட்டிருக்கே? நம்ம ஊரு நாட்டாமை மொதலாளி உள்ள நிக்கிறாரு. அவருக்காச்சும் மரியாதை வேண்டாம்? அப்படீன்னு சொல்ல உடனே துண்டையெடுத்து வாயிலபொத்தி ஒன்னு அழுதுகிட்டே போயி நாட்டாமை கால்ல விழுந்து எஜமான் நா ஒங்களை கவனிக்கலை எஜமான்! இந்த ஏழைய நீங்கதான் மன்னிக்கனும்ன்னு கால்ல விழுந்தவன் திடீர்ன்னு எந்திரிச்சி 'மன்னிப்பென்டா மன்னிப்பு கால்ல' விழுகணுமோ கால்ல அப்படீன்னு சிவனேன்னு நின்ன நாட்டாமை மொதலாளிய 'சடேர் சடேர்ன்னு' காது கடுக்கண் உடைய அடிச்சுப் போட்டான்."

"இந்த மயிரை அவனுக்கு குடியை கொடுக்குமுன்ன சொல்லலாமுலல"

"வெறும் வயித்துல ஊத்திட்டானா? சொக்கு பொசுக்குன்னு ஏறி புத்தி தடுமாத்தம் ஆகி ஒரு நிமிசத்துல என்னென்னமோ ஆகிப்போச்சி!"

பொன்னு நாக்கெரு. தலையாரி சுப்பையா, இடைக்குடி கிட்ணன், வேலுத்தேவரு நாலு பேரும் மிலிட்டரியெ பாத்தாங்க. அவன் பரிதாபமா உக்காந்திருந்தான். பெருமை மயிரா ஆளுகளை கூட்டியாந்து ஊத்திக்கொடுத்து ஜபர்தஸ்தைக் காட்டணும்னு வந்தா இந்தப் பயகிட்டெ அடிவிழுந்துட்டமே. ஊருக்குள்ள இவ்வள நாளும் ரொம்ப வெறப்பா திரிஞ்சதெல்லாம் போச்சேன்னு அழுகாத குத்தம்மா உக்காந்திருந்தான்.

கூட்டி வந்த இடத்துல அடிபெக்கெ விட்டுட்டுமேன்னு இந்த நாலு பேரும் "நில்லுரா தாயோழி! இன்னக்கி என்ன ஆனாலுஞ் சரி; அடிச்ச அந்த கையெ ஒடிக்காம விடமாட்டோம்"னு லம்பலாடிக்கிட்டு போனாங்க.

கப்பி விறுவிறுன்னு இந்தப் பக்கமா ஒடி வந்து எந்திக்க! முடியாம கெடக்கிற தரகர் ராமையா கிட்டெ "மொதலாளி சொல்லுங்க. எதோ தெரியாம நடந்து போச்சு. மொதலாளிமாரு ரொம்ப கோவமா இருக்காங்க. நீங்கதான் சொல்லி ஆத்தணும்ன்னு" கிட்டெ உக்காந்தான்.

தக்கிமுக்கி எந்திரிச்சி காலெ ஊணியும் ஊணாம நின்ன ராமையா "ஒதைக்கணும்டா ஒண்ணையெல்லாம். தலப்புரட்டு புடிச்சவனே! எங்களைவிட நீ பெரிய போதைக்காரனோ ராஸ்கோல்! பட்டாத்தான் தெரியும்"

"அப்படிச் சொல்லாதீக மொதலாளி! எனக்கு யாரிருக்கா கடவுளே"ன்னு கால்ல விழுந்தவன், விழுந்த ஜோர்ல எந்திரிச்சதும் சத்து சத்துன்னு தரகர் கன்னத்துல விளந்தீர அடிச்சி, "நீயெல்லாம் எவ்வள பேரெ காப்பாத்துவே நீ ஒரு பிறவி, ஒங்கால்ல விழுகணுமோ மயிராண்டி" ரெண்டு கன்னத்தையும் பிடிச்ச மட்டுல தரகர் ராமையா சுத்திச் சுத்திப் பார்த்தார். அங்கிட்டிருந்து வந்த அந்த நாலுபேரும் இதைப் பாத்துக்கிட்டாங்க. இருந்தாலும் ஒருத்தருக்கொருத்தர காட்டிக்கிடலெ. எதுக்கு சனியனை? இதை விட்டுட்டு மிலிட்டிரிக்கு நன்றிக்கடனா,

"மாப்புளேய்! மாப்புளே! ஓங்க மேல கைபட்டிருச்சில்லே. நாங்க குளோஸ் பண்ணாம விடமாட்டோம். என்ன வந்தாலுஞ் சரி, அந்தப் பழியெ நா ஏத்துக்கிடுறேன்."

"நீ சும்மாயிருப்பா கிட்ணா! இந்தப் பொன்னுநாக்கென் கடைசிக்காலம் ஜெயில்ல தான்னு முடிவாகிப் போச்சி எங்கிட்ட விடுங்க அதை."

"பொன்னு சின்னையா! வெள்ளைக்காரன் ஜெயிலை எங்களுக்குன்னே கட்டுனான். ஜெயிலு ஒண்ணும் புதுசு இல்லை எனக்கு. அட தூக்குக்கு போனாத்தான் என்ன?"

"பாலுத்தம்பி ஒண்ணும் கவலைப்படாதிருக்கும் இந்த தலையாரி உத்யோகம் இருந்தாலுஞ்சரி போனாலுஞ்சரி, இன்னக்கி முடிவு பண்ணிட்டேன் வாங்கய்யா! உள்ளபடியிருக்கு."

"டேய்! நில்லுரா சிரிக்கிபிள்ளே. நீ நல்ல ஒருத்தன் ஒருத்திக்கி பிறந்திருந்தா நில்லுரா அங்கெ." ஆறு பேரும் தள்ளிக்கிட்டும் ஒட்டிக்கிட்டும் லம்பிக்கிட்டே நெரு நெருன்னு கப்பியெ நெருங்குனாங்க. கப்பி பின் வாங்குனான்.

"மொதலாளி! அவசரப்படாதீக. என்னம்மோ இன்னக்கி விடிஞ்ச நேரம். ஆகாத வேளை. என்னமோ நடந்து போச்சி. நா ஒங்க அடிமை. சொன்னாக்கேளுங்க."

"ஏல சின்னச்சாதி பயலே, நீ சொல்லி நாங்க கேக்கவாடா பிடிங்கய்ய அவனை"

"சாமி! காலையில எந்திரிச்சி ஒங்க நிழல்ல நிக்கிறவன். ரெண்டு செருப்புட்டு அடிங்க. நீங்க வீசியெறிஞ்ச எச்சியை திங்கிற நாயி. சாமி ஒங்க கால்ல...." அப்படன்னு குனிஞ்சான்.

"ஏய் எங்கால்ல விழுகாதே... எங்கால்ல விழுகாதே..." வேலுத்தேவர் பின்னாடி நகண்டார்! "இது நல்லால்லே ஏலேய்... கால்ல விழுகாதே..."

"மகாராஜா ஒங்க கால்ல..."

"வேண்டாம் வேண்டாம்" இடைக்குடி கிட்ணன் அயிரை மீனு மாதிரி பின்னாடி துள்ளிப் பாஞ்சி ஓட ஆரம்பிச்சார். மத்த ரெண்டு பேரும் "கால்ல விழுக விடாதீங்க கால்ல விழுக விடாதீங்க"ன்னு மத்த ரெண்டு பேருக்கும் சொல்லிக்கிட்டே ஓடுனாங்க.

"யார் கால்லயாச்சும் விழுந்தாத்தான் எனக்குப் புத்தி வரும் எஜமான்களே" பின்னாடியே ஓடினான். தரகர் ராமைய்யா ரெண்டு தவடையையும் பொத்திக்கிட்டே ஓடமாட்டாமல் ஓடுனார். மிலிட்டரி பாலு எல்லாருக்கும் முந்தி கிளி போகுதுன்னு பறந்துக்கிட்டிருந்தான். மிலிட்டிரிகாரனில்லே? மிலிட்டரி செலக்சன்ல கூட அந்த ஓட்டம் அவன் ஓடுனது இல்ல.

நாட்டாமை கப்பியை இன்னும் மொறச்சமட்டுலயே இருந்தார். அன்னக்கி பஸ் ஸ்டாண்டுல ஒண்ணும் இல்லாததுக்கு கடுக்கண் உடைய வாங்குனது அவரு கண்ணுக்கு முன்னால் வந்து வந்து போய்க்கிட்டிருந்தது. இன்னக்கி இவ்வளவு கூட்டத்திலயும் அவருக்கு குபீர் குபீர்ன்னுக்கிட்டிருந்தது.

நாட்டாமையின் தீவிரமான யோசனையும் மொறைப்பும் மீனம்பகடைக்கு ரொம்ப கவலையாயிருந்தது.

"சாமியவுகளுக்கு முன்னாடி போயி நில்லுரா." பழைபடியும் கப்பியை அடி அடின்னு அடிச்சான்.

"சாமி! ஒங்க கை குளுர அவனை அடிங்க சாமி. எனக்கு கையில மூளை இல்லை. அவனை உசிரு போக அடிங்க"

"இவ்வள நடந்திருக்கு. வந்து இவ்வளநேரமாச்சு. நாட்டாமை மொதலாளியை மதிச்சு கால்ல விழுகுறேன் சாம்ன்னு ஒரு நல்ல வார்த்தை அவன் வாயில இருந்து வருதா பாருங்களேன்."

வயனம்

பஸ் ஸ்டாண்டை சுத்திச் சுத்தி வந்து ஓடி ஓடித் தேடினான் அயினு. அவன் கையிலிருந்த குழந்தை இப்போ பசியால் அழ ஆரம்பித்தது. அவனுக்கிருந்த மனச்சங்கடம் ரெட்டிப்பாகி பெரிய்ய அவஸ்தையாய் அலைச்சலிலும் பசியிலும் கிறங்கிப் போனான்.

எல்லாம் இமை தட்டற நேரத்துல நடந்து முடிஞ்சு போச்சு.

எல்லா ஊருக்கும் திக்கத்துக்கு திக்கம் பஸ்ஸு'கள் வந்து நிக்கிறதும் போகிறதும் ஜனங்கள் இடம் ஊர் பார்த்து பஸ்ஸிலிருந்து இறங்குறதும் ஊர் பேர் பார்த்து பஸ்ஸில ஏறுறதும் ஒரே தடபுடலாய் அந்த பஸ் ஸ்டாண்ட் முழுக்க பரபரப்பாயிருந்தது. நடுக்கடல் ஆரவாரங்களுக்கு நடுவே திசைஞ்சி நின்று கரையை நாலாபுறமும் தேடுகிற மாதிரி அயினு அழாத குறையா பேமுழி முழிச்சி நின்னான்.

இருக்கன்குடி மாரியம்மன் கோயில்ல அம்மை வார்த்திருக்கிறதாம் பிள்ளைகளுக்கு. சொஸ்தமாகணும்'னும் குடும்ப கஷ்டத்தை நெனச்சும் சாமி கும்பிட்டு ஒரு தூக்கு வாளியில் தீர்த்தமும் எடுத்துக்கிட்டு வர்றபோதுதான் அந்த கண்றாவி சம்பவம் கண்ணுலப்பட்டது. அதிலிருந்துதான் வினைபிடிச்சது என்பது அவன் முடிவு.

அது சம்பந்தமாக யோசனையா வந்தான். அருவருப்பா இருந்தது. சே! கோயில் குளம்'னு மனுசர்களுக்கு ஒரு சுத்த பத்தம் இல்லாம போச்சே. பிறகு மழையில்லை மழையில்லைன்னா எங்குட்டுக்கூடி மழை பெய்யும். வெள்ளை வெயில் அடிச்சு ஆள்களை வறுத்து எடுக்கத்தான் செய்யும்.

கட்டை வண்டிகளில் வந்த ஏராளமான ஆணும் பெண்ணும் சாமியப் பார்த்து நா நெனச்சது நடந்துட்டா அடுத்த வருசம் ஒனக்கு சர்க்கரைப் பொங்கல் வெக்கேன்னும் மாவிளக்கு எடுக்கேன்னும் பல மாதிரியா நேந்து முடிஞ்சப்பிறகு வண்டிகளுக்கடியில் நிழலில் குடும்பமாய் உட்கார்ந்து நார்ப்பெட்டிகளில் அடுக்கி வைத்திருந்த சோளத் தோசைகளை எடுத்து இடது கையில் நான்கைந்து

தாமரைப்பூ மாதிரி விரிச்சி சிவந்த மிளகாய் வத்தல் சட்னியை நடுவில் வைத்து விரல் பருமனுள்ள தோசையை கை நிறைய பிய்ச்சி அதில் தோய்ச்சி சாப்பிட்டுக்கிட்டிருந்தாங்க.

இன்னொரு பக்கம் கார்களும் பைக்குகளும் ஆற்றுக்கு குறுக்காய் போடப்பட்டிருந்த சிமெண்ட் ரோட்டில் போய்க்கொண்டும் வந்து கொண்டுமிருந்தன. செவியைத் திருப்புன பக்கமெல்லாம் நரம்புகளை முறுக்கேற்றும் கொட்டு மேளச் சத்தங்கள். குலவைகள், குழல் வாசிப்புகள், ரேடியோ பாட்டு இரைச்சல், மஞ்சள் துணியுடுத்தி துள்ளி ஆடிவரும் சாமியாடிகள்.

அக்னிச்சட்டி ஆயிரங்கண் பானை உருண்டு கொடுக்கிறதுயென்று நெமுகங்கள் நூற்றுக்கணக்கில் ஆற்றிலிருந்து சாமி வருத்தி கோயிலை நோக்கி ஆரவாரமாய் சென்று கொண்டிருந்தன. வன இரைச்சல் மாதிரி நானாவித சப்தங்கள் ஆற்றிலும் ஆற்றுமேட்டில் கோயிலைச் சுற்றியுள்ள பனைக் கூட்டங்களிலும் 'ஹோ' வென்றிருந்தது.

ஆட்டுக்கிடாய்களின் மாமிசம் சமையும் வாசம், கோவிலிலிருந்து தேங்காய் அழுகலின் வாசம், பூக்களின் வாசம், சூடம் கொளுத்திய வாசம். இப்படிப்பட்ட கலவை மணம் மனுசர்களின் நாசியில் புகுந்து புது உலகத்தில் சஞ்சரிக்கிற மாதிரி ஒவ்வொருவரும் உருகலாய்ப் பேசிக் கொண்டார்கள். அறுபபட்ட கோழிகளை உரிக்கும் பாம்படம் போட்ட கிழவிகள் தங்கள் வரிமுகத்தில் பூசிய மஞ்சள், வியர்வையில் வழிய வழிய படையல் கருமத்தில் கண்ணாயிருந்தார்கள்.

இந்த வேடிக்கைகளின் லயிப்பில் ஆழ்ந்தவாறு நடந்து கொண்டிருந்த அயினு, ஆத்தா மகிமையிலெ தன் குடும்ப துன்பமெல்லாம் அந்தக் கணமே போய்விட்ட மனதிருப்தியில் மீண்டும் ஒருமுறை கோயிலைப் பார்த்துத் திரும்பி வியர்வையில் படிந்த உள் ரோமங்கள் சிலிர்க்க 'மாரித்தாயி' என்று கும்பிடு போட்டுத் திரும்பினான். மேற்கே பனைக்கூட்டம் தாண்டி தண்ணீர் வண்டிகள் லாரிகள் போகிற தடம் வழியே மெயின் ரோடுபோய் அப்படியே பஸ் ஸ்டாண்டு போக எண்ணி தீர்த்தத் தூக்குவாளியோடு விரசலாய் நடந்தான்.

வேலி முள் மரங்கள் இட துடுறம் சவுக்குபோல் வளர்ந்திருந்தன. ஆளரவமோ மனுச சஞ்சாரமோ கிடையாது. ஒரு முள்மரக் கொப்பில் தீர்த்தத் தூக்கு வாளியை சாமியை நினைத்துக் கும்பிட்டுத் தொங்கவிட்டு மரங்களுக்கிடையில் நுழைந்து ஒண்ணுக்கிருக்க வேட்டியை திறைக்கும் போதுதான் அந்தக் காட்சியையும் பேச்சுச்

சத்தத்தையும் ஏகமாய் உணர்ந்து அதிர்ந்தான். உச்சி வெயிலில் வேலி மரங்களால் படிந்த நிழலில் அந்த ஆண் பெண் உருவங்கள் நிர்வாண நிலையில் இயங்கிக் கொண்டிருந்தன.

அந்த நிலையிலும் பெண்ணின் பேச்சொலி மூக்கின் வழி பாதியும் வாயின் வழி பாதியும் தேங்கித் திணறி கொஞ்சம் கெஞ்சலிலும் பின் கண்டிப்பிலும் விட்டுவிட்டுப் பேசியது அனல் காற்றோடு கரைந்து கொண்டிருந்தது. பாவம் பலமுறை நிர்ணயித்த தொகை கிடைக்காமல் பலபேரிடம் அவள் ஏமாந்திருப்பாள் போல் தெரிகிறது. அவள் முறையீட்டின் பரிதவிப்பு அப்படித்தான் இருந்தது.

கொப்பிலிருந்த தூக்குவாளியை எடுக்கும்போதே அயினுவுக்கு கைகள் கிடுகிடுவென ஆட்டம் கண்டது. அவன் மனது சில்லுச்சில்லாய்ச் சிதறியது. நெஞ்சுக்குழி உப்பிப் புடைத்து கனமான வெப்பம் உடலெங்கும் பரவி வெளியில் வியர்வையால் ஊற்றிக் கொண்டேயிருந்தது.

"நாய்களா, நாய்களா! இப்படிச் சின்னப்புத்திக்கார தறுதலைகள் கோயிலுக்கு வரணுமா? எத்தனை ஓடை உடைப்புயில்லே... த்தூ...."

கொஞ்ச நேரத்துக்கு முந்தி அவனுள் பக்தி விஷப்பேற்றிய மற்ற காட்சிகளெல்லாம் தற்போது மறைந்து போயின. இப்போது அவனுக்கு யாரையும் எதையும் பார்க்கச் சகிக்கலை. கிழக்கே ஒரு வகைதொகையில்லாமல் ஜனங்கள் ரொம்ப போலியாய் வருவதும் போவதுமாய் தெரிந்தார்கள். பல்லை இறுகக் கடிச்ச மட்டுல நடந்தான்.

இந்தக் கோயிலை நம்பி மூணு பிராந்திக்கடை சர்க்கார் நடந்துறானாமே பின்னே உருப்படுமா...? கோயில்ல இருக்கிற ஜனங்களுக்கு நிகரா பிராந்திக்கடைகளுக்கு முன்னால் கூட்டம் ஆச்சா போச்சா என்று அணிதிரட்டி நின்று கொண்டிருந்தது. அயினுவுக்கு வீட்டிலிருந்து புறப்படும்போது இருந்த பக்தி பயம் இப்போது "ச்சிக்கழுதைன்னு" ஆகிப்போச்சு.

அவன் பெஞ்சாதி அய்யம்மாள் என்னதான் மூஞ்சியில் முழியாமல் திட்டினாலும் பேசினாலும் அவளை மாதிரி விரதமிருக்கவோ தாயை நினைச்சு வயனங் காக்கவோ முடியாது. விரதம் பிடிச்சிட்டான்னா மாரித்தாயி மாதிரியே வெக்கை பறக்க அலையுவா. தாயை தியானிக்கிறதுலே அவகூட தொயர முடியாட்டியும் ஆடி கடைசி வெள்ளிக்கும் தை

கடைசி வெள்ளிக்குமாவது கட்டாயமா குடும்பத்தோட விரதமிருக்கணும்.

விடிய வெள்ளி கிளம்பவும் பம்மல்லயே நடுவீட்டார் தொளுவுல போயி பசுஞ்சாணி எடுத்து வந்து வீடு பூராம் மொழுகுவாள். எல்லோருக்கும் அடுப்புச் சாம்பலை எடுத்துக் கொடுத்து பல்லு விளக்கச் சொல்லுவாள். பெரிய சருவப்பானை ஒன்னை கக்கத்தில் இடுக்கிக்கிட்டு முதல்நாள் துவைத்து வைத்திருந்த துணிகளை ஒரு பொட்டலமாய்க் கட்டி பிள்ளைகளோட அயினையும் கூட்டிக்கிட்டு வாங்க ஆபத்துக்கு என்று கூட்டிப் போய் குளிச்சு மொழுகி துவைச்ச துணிகளை உடுத்தி விரதச் சமையல் பண்ண ஊற்றுத் தோண்டி வெதுவெதுன்னு ஊறிவற்ற புதுத்தண்ணியை சருவம் நிறைச்சி வீட்டுக்கு வருவார்கள்.

மதியம் ஒரு வேளைதான் விரதச் சாப்பாடு. மற்ற ரெண்டு வேளையும் பச்சைத் தண்ணி தவிர வேற எதுவும் கிடையாது. பசிச்சா கொஞ்சம் திருநீறுயெடுத்து ஒரு இனுக்கு வாயிலபோட்டு விடுவா. தீப்பெட்டி ஆபிசில் வேலை. ஆறுபிள்ளைகளின் உழைப்பிலும் அய்யம்மாவின் கழிவுக் குச்சி புடைக்கிற கம்பெனி வேலையும் அன்றாட ஜீவனம்.

அயினுவுக்கு பஞ்சுமிட்டாய் வியாபாரம், போகவர பன்னிரெண்டு ரூபாய் பஸ்சார்ஜில் சாத்தூரிலிருந்து கோவில்பட்டி போய் வியாபாரம் வாங்கிவந்து கண்ணாடிபதித்த தகர டின்னில் இருநூறு ரூபாய்க்கு சரக்கு வாங்கி வந்தால் இரண்டு நாளைக்கு விற்கலாம். ஐம்பது ரூபாய் கிடைக்கும். கிடைக்கிறதை அய்யம்மாகிட்டை கொடுத்துப்போட்டு போட்டதைச் சாப்பிட்டு அருவமில்லாமல் அடிக்கேட்காமல் வெளியே ஓடிறணும். கொஞ்சம் நின்னு தாமதிச்சா ஒரே வாழ்த்து மானந்தான்.

"ஆறு பெட்டைகளை வச்சிக்கிட்டு அதைவளத்து ஆளாக்கி அதுகளை ஒருத்தனுக்குப் பிடிச்சுக் கொடுக்குந்தண்டிக்கும் என்னானுதான் பாடுகள் படணுமோ எப்படித்தான் பிழைக்கிறதோ எதாவது ஆம்பளைக்கி சுருக்குன்னு தட்டுப்படுதா? மனசுல ஏதாச்சும் உறுத்துதா? பிள்ளைகள் ஒண்ணொண்ணும் இப்போ உக்காருமோ பிறகு உக்காருமோ"

அவ முகம்பாத்துப் பேசி எவ்வளவு நாளாச்சி. ஒரு வார்த்தை நயந்து பேசுறாளா. எப்பப்பார்த்தாலும் சிடுசிடுன்னு கடுகு வறுத்த மாதிரி சினந்துக்கிட்டுதான் நிப்பா. வெயில்ல சுத்தி அலைஞ்சி வீட்டுக்குள்ள அலுத்துப் போய் நுழையும்போதே ஏதாச்சும் சொல்லி வைதுகிட்டுதான் இருப்பா. எப்பதான் பேச்சை

நிறுத்துவாளோ? பேசிக்கிட்டேயிருப்பா. இவனுக்கு வெளியேறிப் போறவரைக்கும் மனசு படபடத்துக்குட்டே இருக்கும்.

"அடுத்த புள்ளை ஆம்பளைப் புள்ளை அடுத்தபுள்ளை ஆம்பளைப் புள்ளைன்னே பெண்ணா பிதுக்கி எடுத்துட்டானே. ஆம்பளப்புள்ளே இல்லேன்னா என்னயிப்போ? அந்த ராச்சியத்தைக் கட்டி ஆள வாரிசில்லையாக்கும். புல்லரியாத ஆம்பளை" கண்ணுல காண்கவிடாம பொடுபொடுபொடுபொடுன்னு பாட்டா பாடுவாள்.

"எவன் இந்தக்காலத்துல சும்மா கட்டிக்கிட்டு போறேங்குறான். அஞ்சு பவனு அஞ்சு ஆயிரம் இல்லாம ஒரு பொண்ணை தள்ளிவிட முடியுமா? அப்படிக் கொட்டிக் கொடுத்தாலும் ஒரு நல்ல குணவானா கிடைப்பானா?"

பிள்ளைகளையும் அப்படியேதான் விரட்டுவா. எல்லாம் வாயைப்பொத்தி நடுங்கிப்போய் நிக்குமுங்க.

"பெரியவளே" இன்னக்கி எத்தனை ரூபாய்க்கு தீப்பெட்டி போட்டே? நடுவுளவா எவ்வளவுக்கு போட்டா. சின்னவா எம்புட்டுக்கு போட்டா. அந்தச் சிமிட்டி முண்டை. இந்தப் பொடிக் கண்டோரவோலி. இந்தக் கடைசி சிரிக்கி?" கம்பெடுத்து அடிக்காத குறைதான். யாரும் ஒரு விபரமும் கேக்கமுடியாது. நாஞ் சொல்றதை மட்டும் கேளு.... போ... ம்... நட அப்படென்னுருவாள்.

ஆத்துலவச்சி ஒரு விரதத்தன்னக்கி பிள்ளைகளைக் குளிப்பாட்டும் போதுதான் கவனிச்சுப் பார்த்தாள். பிள்ளைகள் எல்லார்க்கும் ஒன்றுபோல உடம்புல தட்டாம்பயரை சிதறி விட்டமாதிரி அம்மை கொப்புளங்கள். பார்த்து கைகால் நடுநடுங்கிப்போய் "அம்மா தாயி எந்தத் தப்பையும் நீதான் பொறுக்கணும்ன்னு" வாய் தழுதழுக்க கூவி குளிப்பாட்டுறதை நிறுத்தினாள். "எல்லாரும் வீட்டுக்கு நடங்க அந்தத்தாயை நெனச்சுக் கும்பிட்டுக்கோங்க ஏழைபாழைகளை சோதிக்கிறயே ஆத்தா, ஓம்பிள்ளைகளுக்கு நீதானே தஞ்சம்."

ஒரு மாசமா அந்தப் பிள்ளைகள் தீப்பெட்டி போட போகலை. அம்மை ரொம்ப உக்கிரமா இருந்தது. குடும்பம் வருமானமில்லாமல் சோத்துக்குப் பெரிய திண்டாட்டமாகிவிட்டது. எல்லாப் பிள்ளைகளுக்கும் வரிசை பிடிச்சா வைசூரி விளையாடணும்? ஒரு தலைக்குத் தண்ணி ஊத்துற வரையிலும் பக்கத்து வீடுகள்ல ஒண்ணு கொடுக்கவோ வாங்கவோ கூடாது. கடைகள்ல கடங்கப்படி சொல்ல முடியல்லெ.

எல்லாரும் வேலை செய்தாலே உருண்டு புரண்டு குடும்பம் நடத்துன அய்யம்மாவுக்கு இப்போ பிள்ளைகளுக்கு அரைவயிறு குறைவயிறு அதுவும் ஒரு நேரத்துக்கு மட்டும் கஞ்சியா காய்ச்சிக் கொடுக்கிறதை நெனச்சி என்னத்தையாவது தின்னு உசிரை மாய்ச்சுக்கிடலாமான்னு நெனப்பு ஓடும். அடுத்த நிமிசம் தன்னைப் பெத்த அம்மாவை அப்படியே உரிச்சு வச்சமாதிரி அவ பாட்டி சாடையாவே இருக்கிற மூத்தவள், இந்த நிலையிலும் எப்படிப் பசியையும் வெளிக்காட்டிக்கிடாம பூ மலர்ந்த மாதிரி உதடுகளை விரிச்சி தங்கச்சிமார்களோட சிரிச்சிச் சிரிச்சிப் பேசுறதைப் பார்த்து மனசார மகிழ்ந்து போயி "எங்களை எப்படியெல்லாஞ் சோதிப்பயோ சோதி! ஓம் முடிவுப்படி நடக்கட்டும்" என்று மாரியத்தா எதுக்கெ நிக்கிறமாதிரி தலையை ஆட்டிபேசி விட்டு அடுத்தவேளை கஞ்சிக்கு ஓட்டமா நடையா திரியக்கூடருவா.

கால்கிலோ குருணை வாங்கக்கூட முடியாம மனசு வெறுத்துப்போயி வீட்டுக்கு வந்தபோதுதான் அன்னக்கி வருமானம் இருபது ரூபாயோட அயினு நின்னுக்கிட்டிருந்தான். எத்தனை பாரம் மாரித்தாய் மேலே போட்டாலும் அவளுக்கு அயினுவைப் பார்த்ததும் அண்ட கடாரமும் முட்டிக்கொண்டு வரும். அவளின் கோபம். ஆங்காரம் பூராவும் விஸ்வரூபம் எடுத்து நின்னது. எல்லாத்துக்கும் கடைக்குட்டிக்காரிக்கு அம்மை விளையாட்டுத் தாங்காம சோறுதண்ணி செல்லலை. பிள்ளைக்கி நாடி ஒடுங்குற நிலைமை ஆகிப்போச்சு. விக்கலும் பொருமலுமா அழுதவாறு ஆத்திரமாய் அயினு மேல பாய்ஞ்சி "பாவி மனுசா.. பாவி மனுசா... இந்தப் பெட்டைச் சிரிக்கிகளை என் கையில் கொடுத்துட்டு இப்படி நிம்மதியில்லாத பண்ணிட்டியேடா. இதுகள் பரிதவிக்கிற பாவத்தை நான் எங்கு கொண்டுபோய் தொலைப்பேன். அதுக சோத்துக்கு பாப்பனா துணிமணிகளுக்கு பாப்பனா நோய்நொடின்னு பாப்பனா?"

அயினுவை கை ஓயுற மட்டும் அடிச்சி தன் தலையிலும் அடிச்சி 'கோன்னு' அழுதாள். பிள்ளைகளெல்லாம் அம்மா அம்மான்னு வந்து அய்யம்மாளை சுத்திப்பிடிச்சி அழுததுக. "இந்தப் பாவங்களை உங்ககூடச் சேந்து பெத்தேன் பாரு என் பெண் தலத்தில சூடு போட்டு சூடு போட்டே என் உயிரை மாய்ச்சிடணும்."

பிள்ளைகள் அழுதுகிட்டே கலங்கிப்போய் நின்ன அயினுவையும் "அய்யா அய்யா" என்று கொஞ்சநேரம் சேந்து பிடிச்சி நின்னதுகள். ரொம்பநேரம் அமைதியாய் கழிஞ்சது. அய்யம்மாதான் சொன்னாள். "போய்யா! போயி அந்த இருபது

ரூபாய கொண்டுக்கிட்டு இருக்கன்குடி போயி சாமிகும்பிட்டுட்டு பிள்ளைகளுக்கு தீர்த்தம் கொண்டுவா. இன்னக்கிப் பட்டினி கிடந்தாலும் பரவாயில்லை."

பஸ்ஸின் பின்வரிசையில் கையில் தீர்த்தத் தூக்குவாளியோடு மனசுடைஞ்சி உட்கார்ந்திருந்தான். பஸ்ஸூல முண்டி ஏறும்போதும் ஆட்கள் இவனைப் பிடிச்சி நெரிச்சித் தள்ளினபோதும் தன்னுசாரில்லாமல் எப்படியோ ஏறி உட்கார்ந்துவிட்டான். அவ்வளோ நீள வரிசையில் நின்று தீபாராதனை பார்த்து நெருக்குநேராய் சாமியை கும்பிட்டு அப்படியே மூலஸ்தானத்திற்குப் பின்னாடிபோய் தீர்த்தக் கால்வாயில் கவிழ்ந்து விழுகிற பாலாபிஷேக தீர்த்தத்தை தள்ளிமுள்ளி தூக்குவாளியில் பிடித்து நிம்மதியா வேடிக்கை பார்த்து சந்தோசமாக திரும்பும்போது அப்படியொரு நீசத்தனமான காட்சியைப் பார்க்கும்படி ஆகிப்போச்சே!

"அண்ணாச்சி! அண்ணாச்சி!"

சுயபுத்திக்கு வர அயினுக்கு கொஞ்சநேரமானது. தனக்குமுன் பஸ்ஸின் படிக்கட்டில் ஆட்கள் ஏறவும் இறங்கவும் ஒரே சலசலப்பாயிருந்தது. மனசையும் முகத்தையும் சத்தம் வந்த திக்கம்பார்த்துத் திருப்பினால் கையில் ஆறுமாதக் குழந்தையுடன் ஒரு பொண்ணு.

"இந்தப் பிள்ளைய கொஞ்சம் பிடிங்கண்ணாச்சி. நா மேலே ஏறிவந்து வாங்கிக்கிடுறேன்."

கூட்டம் ரொம்ப நெரிசலிலிருந்தது. தீர்த்த தூக்குவாளியை கீழே வைக்கப்படாதே என்று சுற்றும் முற்றும் பார்த்தான். பிறகு அதை முழங்கை வரை தள்ளி. "கொண்டா தாயி... கொண்டா தாயி" என்று எழுந்து குழந்தையை இரு கைகளால் எட்டி ஏந்தி வாங்கி மடியில் வைத்துக் கொண்டான்.

ஏங்கப்பா! திட்டங்கெட்ட கூட்டமாயிருந்தது. அக்னிகுண்டத்துக்குள்ள உட்கார்ந்த மாதிரி பஸ்ஸூல அனல் தகிப்பு. வியர்வை நசநசப்பு. மனுசர் உடம்புகளில் தீ கசிகிற மாதிரி வெப்ப நாற்றம். சிறு குழந்தைகளின் கதறல்.

"புளி அடைஞ்ச மாதிரி அடைஞ்சாச்சு ஜனங்க. அப்பவும் வண்டியை எடுக்கிறானா பாரு." தூரத்தில் பெட்டிக்கடை முன் சிகரெட் குடித்துக்கொண்டிருந்த டிரைவர் - கண்டக்டரைக் காட்டி ஒருவர் எல்லாருக்குமாக புகார் பேசிக்கொண்டார்.

"டிக்கட் நீ எடுத்துராதெ. நா எடுத்துர்றேன்" "வேண்டாம் நா எடுத்துர்றேன்" யாரு டிக்கட் எடுப்பது என்று தீர்மானமாகாமல்

முன்னும் பின்னும் சில அவயக்குரல்கள். "அவங்க இந்த வண்டியில ஏறலையா? அப்போ நாமளும் இறங்குவோம். அடுத்த வண்டிக்கு சேந்து போவோம்." ஒரு கூட்டம் மளமளவென்று இறங்கியது. அடுத்த கும்பல் சோற்றுப் பானைகள், வழிபாட்டுச் சாமான்களோடு "இடஞ்சிலாத்தலாயிருச்சி" என்று ஏறியது.

"அவங்க இதுக்கு முந்துன வண்டியிலேயே போயிட்டாங்களாம்."

"அப்போ நாம இதுலெ போயி சாத்தூர் பஸ் ஸ்டாண்டுல வச்சி பாத்துக்கிடுவோம் ஏறுங்க." ஒரு கூட்டம் பஸ்ஸில் ஏறி "பொம்பளையாளுக" உக்காருவதற்கு பெரிய தாவா செய்து கொண்டிருக்க, பஸ் திணறிக் கிளம்பியது.

அயினு நாலா பக்கமும் திரும்பித் திரும்பிப் பார்த்தான். பஸ் கிளம்பவும் "யோவ், யோவ் வண்டி நிக்கெட்டுமய்யா. இந்தக் குழந்தையை கொடுத்த தாயார் ஏறிட்டாளான்னு தெரியலெ." பத்தடி நகன்ற பஸ் பழையபடி நின்றது.

"யாரும்மா அது?" டிரைவர் திரும்பி எரிச்சலுடன் அவசரப்படுத்தினார்.

"ஆளு வந்தாச்சாய்யா?" கண்டக்டர் டிக்கெட் கொடுத்துக் கொண்டே குரல் கொடுக்க டிரைவர் திரும்பிப் பார்த்து 'என்ன ஆச்சு' என்று கத்த, எந்தப் பெண்ணும் அயினுவை நோக்கி பிள்ளையைக் கேட்டு வரவில்லை. பஸ் கொஞ்சம் அமேதியானது. அயினுவின் கெளுத்தி மீசை படபடவென்று நடுங்கியது.

பஸ் நின்றதில் குழந்தைகள் மீண்டும் பாவமாய் கரையத் தொடங்கின. "அது எவா... பொம்பளைக்கு உஷாரில்லையா...? பிள்ளையை அடுத்தாள்கிட்டெ கொடுத்தது கூடவா அயத்துப் போயிட்டா?" பஸ் முழுவதும் விசாரிப்புகளில் இறங்கியது.

"அது என்ன குழந்தை?"

"பொம்பளைக் குழந்தை" அயினுவின் குரல் கம்மியது. தொண்டையை செருமினான்.

"அந்தப் பொம்பளையை உனக்கு முன்னப்பின்னெ தெரியுமா" கண்டக்டர் அதட்டிக் கேட்டார்.

"தெரியாதுய்யா"

"அப்போ கீழே இறங்கு. இறங்கிப் போய்த் தேடு" விசில் புறந்தது.

"கொஞ்சம் பொறுங்கய்யா. வண்டியில ஏறுதேமுன்னுதான் சொன்னா."

டிரைவர் வண்டியைக் கிளப்பி திரும்பவும் கோபமாய் பிரேக் அடித்தார். அயினுவை இறங்கச் சொல்லி ஆண்களும் பெண்களுமாய் ஏகப்பட்ட உத்தரவு. கீழே இறங்கும் முன் பழைய படி பஸ் முழுக்க கண்களை அலையவிட்டான். ம். ஹூம் கீழே இறங்கி விட்டான்.

ச்சொ... ச்சொ... ச்சொ வென்று அழும் குழந்தையை கையில் வைத்து ஆட்டிக்கொண்டே எல்லாரிடமும் காண்பித்து குழந்தையின் தாயை விசாரித்துக் கொண்டே வந்தான். ஆற்றையும், கோயிலையும் சுற்றிச் சுற்றி வந்தான். நடந்து நடந்து காலும் குழந்தையை சுமந்ததில் கையும் உளைச்சலெடுத்தது. என்ன செய்ய!

குழந்தைக்குப் பசி அழுகை. ஓட்டலில் வட்டக்குப்பில் ஒரு பால் வாங்கி நன்றாய் ஆற்றி வாயால் ஊதி ஊதி குழந்தைக்குக் கொடுத்தான். குழந்தை அழுவாய் மூடி மெதுவாயில் பாலை ஆவலாய் சுவைத்துக் குடித்தது. சொட்டுச் சொட்டாய் உள்வாங்கி வயிறு ரொம்ப ரொம்ப அவன் முகம் பார்த்துச் சிரித்தது.

"அதிலெ ஒண்ணும் குறைச்சலில்லத்தா"

மொணங்கிக் கொண்டே குழந்தையின் வாயைத் துண்டால் தொடைத்து மீண்டும் கோயிலுக்கு நடந்தான். இரவு நெருங்க நெருங்க கூட்டம் குறைந்து கொண்டிருந்தது. அயினுக்கு கூட்டம் குறையிறதனால் குழந்தையின் தாயைக் கண்டு பிடிச்சிரலாம் என்று நம்பிக்கை. ஆற்றின் வழி நெடுக வரும் பெண்களையெல்லாம் பார்த்தான். யாரைப் பார்த்தாலும் அந்தப் பொம்பளை மாதிரியே தெரிஞ்சது. எதிர்த்துவர்ற பெண்களையெல்லாம் சிரிச்சபடியே நெருங்கினான். யாராவது 'இந்தா எங்குழந்தென்னு' வாங்கிக்கிடமாட்டாகளா. அடுத்து அடுத்து வர்ற பெண்களையெல்லாம் பார்த்துச் சிரிச்சி நெருங்குனான். ஒண்ணும் ஆகலை.

லாரிகளிலும் வேன்களிலும் ஊருக்குக் கிளம்பும் பெண்களுக்கு முன்னாடி, போய் நின்று பார்த்தான். அவதான் பஸ்ஸூக்குன்னு வந்தாளே என்று முடிவு செய்து திரும்பினான். இவன் கதையைக் கேட்டு எங்கு போனாலும் சுற்றி ஒரு கூட்டந்தான் கூடியதே தவிர குழந்தையின் தாயைக் கண்டுபிடிக்க முடியவில்லை. 'இனி பிரயோஜனமில்லை' என்று கோயிலை விட்டுக் கிளம்பினான். இருட்டிவிட்டது.

வேலி முள்மரங்கள் சவுக்கு மாதிரி வளர்ந்த இருண்ட பகுதிக்கு போனான். தீர்த்தத் தூக்குவாளியை ஒரு வேலியின் கொம்பில்

கோர்த்ததும் வேலிப்புதருக்குள் நுழைந்து தன் மேல் துண்டால் கீழே விரித்துக் குழந்தையைப் படுக்க வைத்தான். திரும்பினான். சுற்றிமுற்றிப் பார்த்துவிட்டுத் தூக்குவாளியை எடுத்துக்கொண்டு அவனுக்குள் ஏதோ சமாதானம் பேசிக்கொண்டு விறுவிறுவென்று நடக்க ஆரம்பித்தான். வெக்கு வெக்குவென்று அவசரமாய் நடந்தான். வெள்ளை நிறத்தில் வண்டித்தனம் அகலமாய்த் தெரிந்ததுதவிர சுற்றி எங்கும் இருட்டு. எங்கோ ஒரு அழுகைச் சத்தம். ஒரு பொம்பளை அழுதுகொண்டே அவனுக்குப்பின்னால் ஓடி வருகிற மாதிரி அவன் மேனியெங்கும் புல்லரித்துக் கொண்டே வந்தது. காதுகள் கூசியது. சிறு குழந்தையின் பிஞ்சு விரல்கள் அவன் முழங்கால்களைக் கட்டிப்பிடித்துக் கொண்டு தொங்குகிற மாதிரியான ஸ்பரிசம் தெரிந்ததும். ம்ஹூம் என்று தலையை உலுக்கியவாறு அவன் நடை இப்போது பெரும் ஓட்டமாய் மாறியது.

கோயிலிருக்கும் திசையிலிருந்து எச்சில் எலும்புகளுக்கு சண்டையிடும் நாய்களின் பயங்கர குரைப்பு தொடர்ந்து கேட்டது. கிர்கிர்கிர்ரென்று காட்டுக்குள் இரையும் வண்டுகளின் இரைச்சல் சத்தம். பெண்ணின் அழுகைச் சத்தம். கால்களைப் பிடித்து இழுக்கும் குழந்தைகளின் பிஞ்சுக் கைகள். பயத்திலும் பதட்டத்திலும் அவன் கால்கள் பூமியில் அதிர்ந்து படிந்து இன்னும் வீறுகொண்டு ஓட்டம் பிடித்தது. தலைக்கு மேலே தடித்த ஒரு பறவையின் சடசடத்த றெக்கைகளின் அசைவில் மற்ற பறவைகள் பயத்தில் ஓலமாய் ஒலி கிளப்பி சிறிது சிறிதாய் அடங்குகின்றன. குழந்தையை ஏதோ கவ்வி இழுத்துக்கொண்டு போவதுபோலத் தூரத்தில் அந்தக் குழந்தை துவம்சப்படுவது மாதிரி ஒரு அரிச்சல். 'ஐயோ என்னப்பிடிச்ச கிரகசாரமா! நான் யாருக்கும் ஒரு கெடுதலும் பண்ணலய. ஆயிரங்கண்ணுடையா,! இருக்கிற தொல்லைகள் போதாதா தாயி!' குழந்தையைக் கிடத்திய இடம் நோக்கித் திரும்பி ஓடினான். இடத்தை வெகுநேரம் வரை அடையாளம் காணச் சிரமப்பட்டு இருள், குகைபோல சுருண்டிருந்த அந்த இடத்தில் வேலியை விலக்கி உள்ளே புகுந்தான். முட்கள் அவன் கைகால் முகமெல்லாம் காற்றசைவில் கீச்சிவிட்டது. மல்லாக்க் கிடத்தப்பட்ட குழந்தை மேலே செடி அசைவுகளைப் பார்த்து உங்ஙங்கென்று தேவபாஷையில் பேசி நாற்றுச்சோகைகள் போன்ற தன் கால்களை அசைத்துக் கொண்டிருந்தது.

குழந்தையை வாரியெடுத்த அயினு ஒரு முத்தமிட்டு தீர்த்தத் தூக்குவாளி முழங்கையோரம் தொங்கி அசைய பிள்ளையைத்

தோளில் கிடத்தி ஊர்நோக்கி சாவகாசமாய் நடக்க ஆரம்பித்தான். அய்யம்மாளை நினைக்க அயினுவுக்கு உடம்பெல்லாம் உதற ஆரம்பித்தது. "ஏலே, முட்டாப்பயலக்கு பிறந்த முட்டாப்பயலே இருக்குற அரை டசன் பெட்டைக காணாதுன்னு எங்கையோ கிடந்து ஒரு பொட்டச்சிய கொண்டு வந்திருக்கியேடா சிரிக்கி மகனே. எவளோ ஒரு தேவடியா கொடுத்தாள்னு வந்து நிக்கியே... ஒன்னயவச்சி எம்புள்ளைகளுக்கு எந்த நல்லது பொல்லதும் நடக்காது. இந்தப் பிள்ளைகளை ஞாயமா கரையேத்த முடியாது. ஏவ்வுயிரை நா மாச்சிக்கிடுதேன். நீ மகராசனா ஊர்ச்சோலி செய்யி. எம்புள்ளைக அனாதையா தெருவுல திரியட்டும்."

ஊருக்குள் நுழைந்து தெக்குத்தெரு நோக்கி நடந்தான். குழந்தை அவன் புஜத்தில் புரண்டு அமைதியாய்த் தூங்கிக் கிடந்தது. நாய்கள் திடீரென விழித்துக் குரைத்தன. இருட்டின் பிடியில் ஊர் சிக்கிக் கிடந்தது. சந்து திரும்பியதும் அவனின் சிறிய ஒரு பத்தி ஓட்டு வீடு மட்டும் அரிக்கேன் விளக்கில் விழித்திருந்தது. வீட்டை நெருங்க நெருங்க அயினுவின் அமைதி மிரண்டது. அய்யம்மாளை எதிர்கொள்ள முடியாமல் தலையைக் கவிழ்ந்தவாறு வாயை 'ஓ' வென்று திறந்து அமைதியாய் அழுதுகொண்டே வந்தான். அவன் கால்கள் முன்னேறாமல் பின்னின. காலடிச் சத்தம் கேட்ட வீட்டினுள்ளே விளக்கின் பிரகாசம் கூடியது.

வாசலுக்கு வந்து விளக்கைத் தூக்கிப்பிடித்த அய்யம்மாள். "என்னய்யா இது... இது யாரு குழந்தை? "அயினு பேசாமல் நின்னான்." கேக்குறன்லே என்னய்யா... பேசாம நிக்கிறே... இது யாரு குழந்தை...?"

அமைதியாயிருந்தவனிடமிருந்து குழந்தையை வாங்கினாள். அவன் மெல்ல வாய்த்திறந்து "யாரோ ஒரு பொம்பளை பஸ்ஸூல வச்சி கொஞ்சம் பிள்ளையை பிடிங்க நான் உள்ள வந்து குழந்தையை வாங்கிக்கிடுறேன்னா. சரி கூட்டமாயிருக்கேன்னு நானும் வாங்கி வச்சேன். திரும்பி வரலை அய்யம்மா..." நடுங்கிய குரலில் சொன்னான்.

அரிக்கேன் விளக்கை அவன் கையில் கொடுத்து ரெண்டு கையாலும் குழந்தையை உயரத் தூக்கிப் பார்த்தாள்.

"பொம்பளைப் பிள்ளையா... நெனச்சேன்"

"ஏன்யா இதோட ஆத்தாளைக் காணோம்ன்னு ராவெல்லாம் தேடுனியாக்கும் கோட்டிக்கார மனுசா... அவ கிடைப்பாளா? அது யாருன்னு நெனச்சே...."

அயினு ஒரு கையில் தூக்குவாளியும் மறு கையில் அரிக்கேன் விளக்குமாய் தன் நிலைமையை நம்ப முடியாம கண்ணு முழி நிலை முழியா நிறுத்தி மெய் மறந்து நின்னான்.

அய்யம்மா அவனைப் பார்த்து மெல்லமா சிரிச்சி சொன்னா "அது நம்ம தாயேதான்! மாரித்தாயேதான்! ஆயிரங் கண்ணுடையாதான்யா வந்துருக்கா. பஸ்ஸூ‌ல கொண்டுவந்து பிள்ளைய கொடுத்தவ மாயமா மறைஞ்சிட்டான்னா அப்போ யாரு?... நம்மளச் சோதிக்கிறாய்யா. ஆறோட ஏழாக் கொடுத்தா வச்சிக்கிடறாளா... இல்லே பொட்டைச் சிரிக்கின்னு தூக்கிப் போட்டிர்றாளான்று சோதிச்சுப் பாக்கா."

தூக்கச்சடவிலிருந்த அந்தக் குழந்தையை தூக்கி மாறி மாறி முத்தங்கொடுத்தாள். குழந்தையைத் தூக்கித் தலைக்கு மேலே வச்சிக்கிட்டு "ஏ பொட்டெக் கழுதை! இந்த அம்மாவைப் பாரு. இங்கெ பாரு. ஒன்னய அனுப்பி இந்த வெறுவாக்கெட்ட ஒண்ணுக்குமத்த பொட்டச்சிரிக்கியெ சோதிக்கிறா அந்தப் பொட்டச்சி வேப்பிலைக்காரி!" குழந்தையை மார்பில் அணைத்தவாறு மாரி மூலையை நோக்கித் திரும்பிக் கொண்டு "ஏ எங்களைப் பெத்த ஆத்தா! ஆத்தங்கரை வேப்பிலைத் தாயி! இருக்கன்குடி மாரித்தாயி! இந்த ஏழைகளுக்கு கால்கை சுகத்தை மட்டும் கொடு அம்மா. நாங்க பாடுபட்டு பங்கப்பட்டு இத மாதிரி நீ எத்தனை கொடுத்தாலும் கடைசி வரைக்கும் ஓடியாடி எப்படியும் கூளக் குடிச்சிக்கிடுவோம்."

9 789388 126465